D1652047

Shanthi
11/10/23

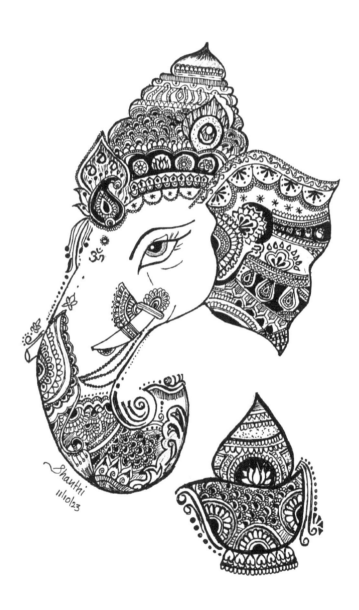

Shanti
4/2/25.

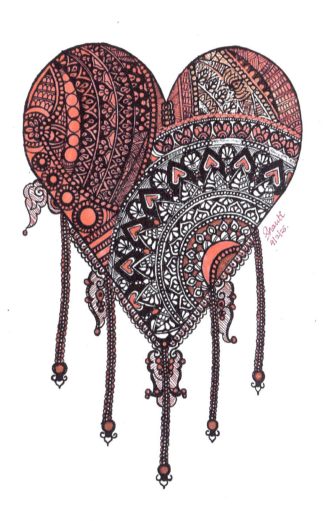

ಪ್ರಿಯ ಓದುಗರೇ,

ಶಾಂತಲಾ ಅವರ ಈ ಅಸಾಧಾರಣ ಕಲೆ ಮತ್ತು ಪದಗಳ ಸಂಗ್ರಹವನ್ನು ನಾವು ನಿಮಗೆ ಪರಿಚಯಿಸುತ್ತಿರುವುದು ಅಪಾರ ಹೆಮ್ಮೆ ಮತ್ತು ಸಂತೋಷದಿಂದ. ಈ ಪುಸ್ತಕವು ಕೇವಲ ರೇಖಾಚಿತ್ರಗಳು ಮತ್ತು ಕವಿತೆಗಳ ಸಂಕಲನವಲ್ಲ; ಇದು ಅವರ ಆತ್ಮದ ಕಿಟಕಿಯಾಗಿದೆ, ಅವರ ಸೃಜನಶೀಲತೆಗೆ ಸಾಕ್ಷಿಯಾಗಿದೆ ಮತ್ತು ಅವರು ಜಗತ್ತಿನಲ್ಲಿ ನೋಡುವ ಸೌಂದರ್ಯದ ಆಚರಣೆಯಾಗಿದೆ.

ಪ್ರತಿ ರೇಖಾಚಿತ್ರವು ಆಕೆಯ ಕಲ್ಪನೆಯ ಒಂದು ಚಿತ್ರ ವಾಗಿದೆ, ಕಾಗದದ ಮೇಲೆ ಸೆರೆಹಿಡಿಯಲಾದ ಸ್ಫೂರ್ತಿಯ ಕ್ಷಣವಾಗಿದೆ. ಪ್ರತಿಯೊಂದು ಕವಿತೆಯೂ ಅವರ ಆಲೋಚನೆಗಳ ಪಿಸುಗುಟ್ಟುವಿಕೆ, ಪದಗಳಲ್ಲಿ ನೇಯ್ದ ಭಾವನೆಗಳ ಮಾಧುರ್ಯವಾಗಿದೆ. ಒಟ್ಟಾಗಿ, ಅವರು ಅವರ ಆಂತರಿಕ ಪ್ರಪಂಚದ ಭಾವಚಿತ್ರವನ್ನು ರೂಪಿಸುತ್ತಾರೆ-ಎದ್ದುಕಾಣುವ, ಹೃತ್ಪೂರ್ವಕ ಮತ್ತು ಆಳವಾದ ವೈಯಕ್ತಿಕ ಭಾವನೆಗಳು ಊಹೆಗೂ ಮೀರಿದೆ

ಆಕೆಯ ಸಮೀಪದಲ್ಲಿ ವೀಕ್ಷಿಸುವಾಗ , ಆಕೆ ತನ್ನ ಕಲೆಯಲ್ಲಿ ಸುರಿಸುವ ಸಮರ್ಪಣೆ ಮತ್ತು ಉತ್ಸಾಹಕ್ಕೆ ಸಾಕ್ಷಿಯಾಗುವ ಭಾಗ್ಯ ನಮಗೆ ದೊರೆತಿದೆ. ಅವರ ಕಲೆಯು ಕೇವಲ ಪ್ರತಿಭೆಯ ಅಭಿವ್ಯಕ್ತಿಯಲ್ಲ, ಆದರೆ ಅವರ ಸ್ಥಿತಿಸ್ಥಾಪಕತ್ವ, ಕುತೂಹಲ ಮತ್ತು ಜೀವನದ ಬಗೆಗಿನ ಅವರ ಮಿತಿಯಿಲ್ಲದ ಪ್ರೀತಿಯ ಪ್ರತಿಬಿಂಬವಾಗಿದೆ. ಈ ಪುಸ್ತಕದ ಮೂಲಕ, ತನ್ನ ಬ್ರಹ್ಮಾಂಡಕ್ಕೆ ಕಾಲಿಡಲು, ತನ್ನ ಕಣ್ಣುಗಳ ಮೂಲಕ ಜಗತ್ತನ್ನು ನೋಡಲು ಮತ್ತು ತನ್ನನ್ನು ಚಲಿಸುವ ಭಾವನೆಗಳನ್ನು ಅನುಭವಿಸಲು ಅವರು ನಿಮ್ಮನ್ನು ಆಹ್ವಾನಿಸುತ್ತಾರೆ .

ನೀವು ಅವರ ರೇಖಾಚಿತ್ರಗಳ ಸಂಕೀರ್ಣ ವಿವರಗಳಿಗೆ ಆಕರ್ಷಿತರಾಗಿರಲಿ ಅಥವಾ ಅವರ ಕವಿತೆಗಳ ಭಾವಗೀತಾತ್ಮಕ ಸೌಂದರ್ಯಕ್ಕೆ ಆಕರ್ಷಿತರಾಗಿರಲಿ, ಈ ಸಂಗ್ರಹವು ನನ್ನೊಂದಿಗೆ ಎಷ್ಟು ಆಳವಾಗಿ ಅನುರಣಿಸುತ್ತದೆಯೋ ಹಾಗೆಯೇ ನಿಮ್ಮೊಂದಿಗೆ ಅನುರಣಿಸುತ್ತದೆ ಎಂದು ನಾವು ಭಾವಿಸುತ್ತೇವೆ . ಇದು ನಿಮಗೆ ಸ್ಫೂರ್ತಿ ನೀಡಲಿ, ನಿಮಗೆ ಸಾಂತ್ವನ ನೀಡಲಿ ಮತ್ತು ನಮ್ಮೆಲ್ಲರನ್ನೂ ಸಂಪರ್ಕಿಸುವ ಕಲೆಯ ಶಕ್ತಿಯನ್ನು ನಿಮಗೆ ನೆನಪಿಸಲಿ.

ಪ್ರೀತಿ ಮತ್ತು ಮೆಚ್ಚುಗೆಯೊಂದಿಗೆ,

ವೆಂಕಟೇಶ್

14/12/23.

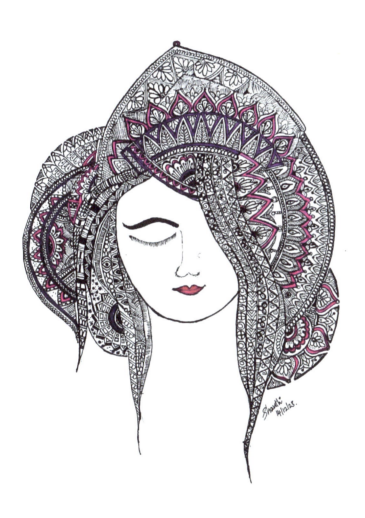

ಸೂರ್ಯೋಪಾಸನೆ

ಕೊಳಕು ಹೋಗಿಸಲು ಬೇಕೇ ಬೇಕು ಬೆಳಕು
ಥಳಕು ಬಳುಕು ಗಳೇ ಆಗಿದೆ ನಿಜ ಬದುಕು.
ಕ್ಷಣ ಕ್ಷಣ ವೂ ಕೋಟಿ ಕಿರಣ ಚೆಲ್ಲುವ ದೇವ
ಹೊಂಗಿರಣವ ನೀಡು ಬೆಳಕಾಗಿ   ಬಾಳುವೆ.

ನೂರೆಂಟು ನಮಸ್ಕಾರ ಜಗದೊಡೆಯ ನಿನಗೆ,
ಮನಸ್ಸು ದೇಹ ಶುದ್ಧಿಯಾಗಲಿ ಸರ್ವರೀಗೆ
ಭೂ ಒಡೆಯ ನೀ ಸಕಲ ಜೀವರಾಶಿಗಳಿಗೆ
ಹಂಬಲಿಸುವರೇ ಎಲ್ಲಾ ನಿನ್ನಆಗಮನ, ಗಳಿಗೆ

ಪ್ರತ್ಯಕ್ಷವಾಗಿ ಕಾಣುವ ದೈವದ ಸ್ವರೂಪ
ಪೂರ್ವಿಕರ ಆರಾಧನೆಯ ಪೂರ್ಣ ರೂಪ.
ಆರಾಧ್ಯ ದೈವ, ದೇವರೆಂದು ಪೂಜಿಸುವರಿಗೆ
ಪ್ರಕೃತಿಎಂದರೆ ಅತ್ಯವಶ್ಯಕ ದೈನಂದಿನ
ದಿನಚರಿಗೆ.

ನಾನು – ಅಹಂ.

ಇರುವಷ್ಟು ದಿನವಷ್ಟೇ ನಾನು –ನನ್ನದು
ಕಳೆದು ಹೋದ ಮೇಲೆ ನೀನು,ಮತ್ಯಾರದೋ
ಬಳಿ ಇದ್ದಾಗ ಅಹಂಕಾರ ಪ್ರಪಂಚವೇ ನನ್ನದು
ಮೂರ್ಖ ಮನವೇ , ನಿನ್ನ ಸ್ವತ್ತು ನಾಳೆ
                        ಇನ್ಯಾರದೋ .
  ನಾನು, ನನ್ನಿಂದಲೇ, ನನ್ನದು ಎಂಬ
                          ಅಹಂಕಾರ.
ಕುರುಡು ಮಾನವನೊಳಗಡ ಗಿದೆ ಅಂಧಕಾರ.
ಎಲ್ಲೆಡೆ ವಿಜ್ಞಾನ ತಂತ್ರಜ್ಞಾನದ ಆವಿಷ್ಕಾರ
  ಮರೆತೇ ಬಿಟ್ಟಿರುವೇ ಮನುಜ ನೀ ಸಂಸ್ಕಾರ.

         .
  ಧ್ಯೇ ಯ ವೇನೆಂದು ಅರಿಯದ ಸ್ವಾರ್ಥ
                          ಮನುಜ.
  ನಾನೆಂಬ ಅಹಂ ಮರೆಸಿದೆ ಜೀವನ ದ ನಿಜ
ಸಾದಿಸಿದ ಮೇಲೂ ಸರಳವಾಗಿದ್ದರೆ ಬಾಳು.
ಆಡಂಬರ ತ್ಯಜಿಸಿದರೆ ನೀ ಕರುಣಾಳು.

ನಾನೆಂಬ ಅಹಂ ಅಂತ್ಯವಾದರೆ ಮಾತ್ರ
ನಾವು ಎಂಬ ಪ್ರೀತಿ, ವಾತ್ಸಲ್ಯ ಶಾಶ್ವತ.
ಗತ್ತು, ಗರ್ವ,ಐಶ್ವರ್ಯ ಕ್ಕಿಲ್ಲ ಕಿಮ್ಮತ್ತು.
ನಮ್ಮೊಂದಿಗೆ ಇದ್ದರೆ ಸ್ನೇಹ ಪ್ರೀತಿಯ ಸಂಪತ್ತು.

Shanthi. 9/12/24

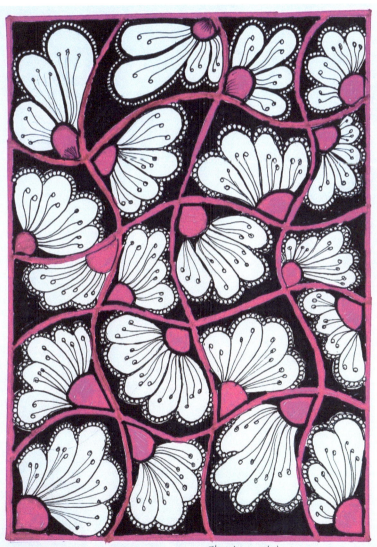

ಕಾರಣ

ಕೆಲವರು ಅರಿಯದೆ ಇಷ್ಟವಾಗುತ್ತಾರೆ,
ಹಲವರು ಬಯಸದೆ ಅರ್ಥ ವಾಗುತ್ತಾ ರೆ,
ಇಷ್ಟವಾದವರು ಅರ್ಥ ವಾಗುವುದಿಲ್ಲ,
ಅರ್ಥ ವಾದವರ ನ್ನು ಇಷ್ಟ ಪಡಲಾಗುವುದಿಲ್ಲ.

ಚಿನ್ನಕ್ಕೆ ಸುತ್ತಿಗೆಯ ಪೆಟ್ಟು ಅರಿವಾಗಲಿಲ್ಲ
ಅನ್ಯರಿಂದಾಗುವ ಗಾಯಕ್ಕೆ ಮನ
ಮರುಗುವುದಿಲ್ಲ
ಬೀಳುವುದು ಹೊಡೆತ   ಆತ್ಮೀಯ ರಿಂದಲೇ
ಒಡಕು, ನೋವುಗಳು ಸಂಬಂಧ ಗಳಿಂದಲೇ

ಕಂಗಳಿಗೆ ಬೇಕಾಗಿಲ್ಲ ಕಾರಣ ಕಣ್ಣೀರಿಗೆ,
ಕೊಂಚ ಏಕಾಂತ ಬೇಕಿದೆ ನೆಮ್ಮದಿಗೆ,
ಹಳೆಯ ಆಗು ಹೋಗುಗಳ ಸರದಿ
ಮುಗಿಸಲು,
ಪದೇ ಪದೇ ಬರುವ ಅಲೆ ಗಳ ಎದುರಿಸಲು.

ಅಪೂರ್ಣ ವಾಗಿ ಉಳಿದಿದೆ ಬದುಕಿನ ಕವಿತೆ,
ಆರಂಭಿಸಿದ ಕವಿಗೆ ತಿಳಿಯ ದಾಯಿತು ಅಂತ್ಯ
ಕಿತ್ತು ಹಾಕಲಾಗದ   ನಾನೆಂಬ ಅಹಂ ಮ್ಮಿ ನ
ಮುಖವಾಡ
ಅರ್ಥ ವಾಗಿಲ್ಲ ವಿನ್ನೂ ಮೋಹದ   ಜೀವನದ
ಬೇಕು ಬೇಡ.

ವೃದ್ಧಾಪ್ಯ

ಮಗುವಿನಂತೆ ಮಧುರವಾದ ಪ್ರೀತಿ ಬಯಸಿ,
ಸರ್ವರ ಸಾಂತ್ವನ ಬೇಕೆಂದು ಹಂಬಲಿಸಿ,
ಮಕ್ಕಳು ಸಂಬಂಧಿ ಕರಿಗಾಗಿ ಕಾತರಿಸಿ,
ಬರುವರೇನೋ ನನ್ನವರು ಎಂದು ಕನವರಿಸಿ,
ಬಯಸದೆ ಬರುವ ನೋವು ಗಳ ಅನುಭವಿಸಿ
ಕೃಶ ವಾಗುತ್ತಿರುವ ಶರೀರ ಕ್ಕೆ ಸ್ಪಂದಿಸಿ,
ತಡೆಯಿಲ್ಲದೆ ಬರುವ ಆಸೆ ದುಃಖ ವ ಮನದಿ
ಮರೆಯುತ,
ಜೊತೆಯಲ್ಲೇ ಬಂದ ಪಾಪ ಪುಣ್ಯವ
ನೆನೆಯುತ
ಅನಿವಾರ್ಯವಾ ದ ಹಸಿವು,ದಾಹಗಳ
ತಿರಸ್ಕರಿಸುತ
ಮೈಗಂಟಿದ ಬಂಧಗಳ ಭ್ರಮೆಯ ಕಳಚುತ್ತ,
ಮರಳು ಮಾಡಿದ ಬದುಕಿನ ಕ್ಷಣ ನೆನೆಯುತ್ತ,
ಗತ ದಲ್ಲಿ ಭೂಗತವಾದ ಕಾಲ ದೊಂದಿಗೆ
ಕೊರಗುತ್ತ

ಮೆಲ್ಲಗೆ ತನು ಮನವೆಲ್ಲ ಅವರಿಸುತ್ತದೆ
ಮುಪ್ಪು
ಒಂದಾನೊಂದು ದಿನ ಉಡುಗಿಹೋಗುವದು
ಅರಿತು
ಅದೊಂದು ಬ್ರಾಂತಿ ಮಾತ್ರ ಆಳುವುದು
. ಶಾಶ್ವತ .

Shanthi
14/10/23.

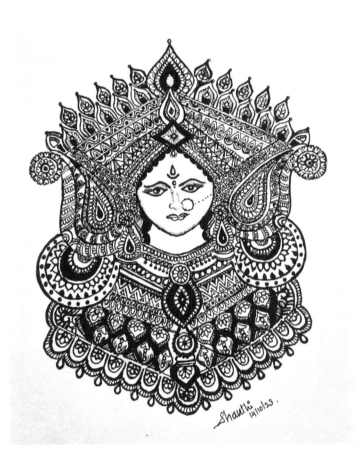

ಬೆಲೆ.

ಮಾತಿನ ಲೋಕದಲ್ಲಿ ಮೌನ ಕ್ಕೆಲ್ಲಿದೆ ನೆಲೆ
ಮೌನ ದ ಜಗತ್ತಿನಲ್ಲಿ ಮಾತಿಗಿಲ್ಲ ಬೆಲೆ.
ಭಾರ ವಿಲ್ಲದ ನೋಟಿಗೆ ಮೋಹಕ ಬೆಲೆ.
ಭಾವನೆಗಳಿರುವ ಮನುಷ್ಯನಿಗೇಕ್ಕಿಲ್ಲ ಬೆಲೆ.

ಬಾಡಿಗ ಕಟ್ಟುವಾಗ ಸ್ವಂತ ಮನೆಗೆ ಬೆಲೆ
ಆಸ್ತಿ, ಅಂತಸ್ತು, ಅಧಿಕಾರ ದಾಹಕ್ಕೆ ಬೆಲೆ,
ರೋಗಿಯ ಕಂಡು ಆ ರೋಗ್ಯ ದ ಬೆಲೆ,
ಹಸಿವು ಹೆಚ್ಚಿದಾಗ ಅನ್ನ ನೀರಿನ ಬೆಲೆ,

ನಿರೋದ್ಯೋಗಿ ಗೆ ಕೆಲಸದ ಹಣ ದ ಬೆಲೆ,
ನಯವಿನಯ ವಿರದ ವಿದ್ಯೆಗೆ ಏಕೆ ಬೆಲೆ
ರೆಕ್ಕೆ ಮುರಿದ ಹಕ್ಕಿಗೆ ನೋವಿನ ಬೆಲೆ
ಬೇಟೆಗಾರ ನಿಗೆ ಬೇಕಾಗಿಲ್ಲ ಹಕ್ಕಿಯ ಬೆಲೆ,

ಮೋಸಹೋದಾಗಲೇ ಅರಿವುದು ನಿಯತ್ತಿನ

ಬೆಲೆ,
ದೂರವಾದಗ ನಾಟುವುದು ಸಂಬಂಧ ದ ಬೆಲೆ.
ನಂಬಿಕೆ ಮುರಿದ ಮೇಲೆ ಪ್ರೀತಿ ಗೆಲ್ಲಿದೆ ಬೆಲೆ,
ಮನಸ್ಸು ಮುದುಡಿದರೆ ಬದುಕಿಗೇನು ಬೆಲೆ.

ಕಾಫಿ,

ನಿನ್ನನ್ನೇ ಆರಾಧಿಸುವೆ ಸವಿಯುವೆ ನಾನು
ಆಗಿರುವೆ ಮಕರಂದ ವ ಹೀರಿದಂತ ಜೇನು,
ಹಲವು ತರಹ ಖಾಯಿಲೆಗಳು ಬರಲೇನು,
ನಿನ್ನ ಬಿಟ್ಟು, ಬಿಡೆಂದರೆ ನಾ ಬಾಳಲಾರೇನು.

ಹತ್ತು ಸಾವಿರ ಸುರಿದರು ಸಿಗದ ಸಂತಸ
ಹತ್ತು ರೂ ಗಳ ಲೋಟದ ಗೀಳಿ ನಲ್ಲಿದೆ.
ಊರೆಲ್ಲ ತಿರುಗಿದರು ತೀರದ ಸಂತೋಷ
ನಮ್ಮವರೊಂದಿಗೆ ಸವಿಯುವ ಕಾಫಿಯಲ್ಲಿದೆ.

ಶಪಥ ಗೈದರು ಅವರಿವರು, ಹಲವರು.
ಬಿಟ್ಟೇ ಬಿಡುವುದಾಗಿ ನಿನ್ನ ಚಾಳಿಯ,
ಬಿಟ್ಟು ಸಹ ಹಲವು ದಿನ ಸಹಿಸಿದರು,
ನಿನ್ನೊಲವಿನ ಚೈತನ್ಯದ ಬೆಲೆ ಅರಿತವರು.

ಬೇಸರ ವೇ, ಆಯಾಸವೇ ನೀ ಅನಿವಾರ್ಯ

ಸಿಡಿಯುವ ತಲೆ ನೋವಿಗೂ ನೀ ಅವಶ್ಯ
ಸವಿನಯದ ಉಪಚಾರ ಕ್ಕೆ ನೀನೇ ಮೊದಲು
ಮುಂಜಾವಿನ ಉಲ್ಲಾಸಕ್ಕೆ ನೀನೇ ಹೊನಲು.

ಹಿಮ ಸೌಂದರ್ಯ.

ನನಗಿಂತ ಚೆಲುವು ಯಾರಿಗಿಲ್ಲ ಎಂದಿತ್ತು ಮನ
ಸುತ್ತೆಲ್ಲ ಸಾವಿರಾರು ಕಣ್ಣು ಸೆಳೆದಿರುವೆ ನಾ
ಭುವನ ಸುಂದರಿ, ನಯನ ಮನೋಹರಿ ನಾ
ಏನಾಗಿಲ್ಲ ಸಾಟಿ ಗರ್ವ ದಿ ಬೀಗಿದೆ ಹೆಣ್ಮನ.

ತುಸು ಬೆರಗಿನಲ್ಲಿ ಮುಗುಳ್ನಕಳು ಧಾತ್ರಿ
ಹಚ್ಚ ಹಸಿರ ಹೊದ್ದ ಕ್ಷಮಾಯಾಧರಿತ್ರಿ
ಎನ್ನ ಸೊಬಗಿಗೆ ಯಾರಿಹರಿಲ್ಲಿ ಸರಿ ಸಾಟಿ
ತನು ಮನದಿ ಆಸ್ವಾದಿಸುವರ ಈ ಪರಿಪಾಟಿ.

ಬೆಳ್ಮುಗಿಲ ಮುತ್ತಿಕ್ಕುವ ಮಂಜಿನ ಶಿಖರ
ಹಾಲು ಕಡಲಲ್ಲಿ ಮಿಂದಿರುವ ವಸುಂದರಾ
ಹಿಮಾಪಾತದಿ ತಂಪಾದ ಧರಣಿ ಯ ದಾಹ
ತಂಗಾಳಿಯು ಸಂತೈಸುತ್ತಿದೆ ತೀರದ ಮೋಹ.

ಮಂಜಿನ ಬಿರು ಮಳೆಗೆ. ಇಳೆಯ ನಡುಕ

ಹೊಂಬಿಸಿಲ ಬಿಸಿಗೆ ನಾಚಿ ನೀರಾಗುವ ತವಕ
ಹೆಪ್ಪುಗಟ್ಟಿದ ಹಾಲಂತೆ ಕಂಗೊಳಿಸಿದ ಭುವನ.
ಹೃದಯ ಸ್ಪರ್ಶಿ ನೋಟಕ್ಕೆ ಧನ್ಯವು ಮೈ ಮನ

ಮುದ್ದು ಬೆಕ್ಕು

ಓಹೋ ಎಂಥ ಹೊಂಬಣ್ಣ ದ ಮಾಟಗಾತಿ,
ತಾನಿರುವ ಮನೆಯ ಬಿಂಕದ ವಯ್ಯಾರಿ
ಎಲ್ಲರ ಮನ ಗೆಲ್ಲುವ ಸೊಗಸುಗಾತಿ
ಎಷ್ಟು ಮುದ್ದಿಸಿದರು ತೀರದ ಸುಂದರಿ
ಪಳ ಪಳ ಹೊಳೆಯುವ ಕಂಗಳು
ಮೆತ್ತನೆಯ ಮೃದು ವಾದ ಪಾದಗಳು
ನಿಂತಲ್ಲಿ ನಿಲ್ಲದೆ ಕುಣಿಯುವ ಸೊಕ್ಕಿನ ಮರಿ
ಒತ್ತಡ ಪರಿಹಾರ ಮಾಡುವ ಜಾಣಮರಿ.
ನಮ್ಮ ಮನೆಯ ನಲ್ಮೆಯ ಬೆಕ್ಕು ಮುದ್ದು
ತರಲೆ ತಿಮ್ಮಿ,ಕೀಟಲೆ ನೀಡುವ ಪುಟ್ಟ ಪೆದ್ದು
ನಗುವಿನ ವರ ಕೊಡುವಳು   ಜೊತೆ ಯಿದ್ದು
ಸಂತೋಷ, ಒಡನಾಟ ದೊಂದಿಗೆ ಮನಗೆದ್ದು.
ಏನೋ ಈ ಬಂದ ಎಲ್ಲಿಯಾದೋ ಸಂಬಂಧ
ಜೀವನ ಯಾತ್ರೆ ಯಲ್ಲಿ ನಮ್ಮ ಅನುಬಂಧ
ನಮ್ಮ ನ್ನೇ ನಂಬಿರುವ ಪುಟಾಣಿ ಗೆಳತಿ

ತೊರೆದು ಹೋಗದಿರು ನಮ್ಮ ಮನದೊಡತಿ.

ತುಳಸಿ.

ಪ್ರಾತಃಕಾಲ ದಲ್ಲಿ ನಿನ್ನ ಪೂಜಿಸುವರು
ಸಂಧ್ಯಾಕಾಲ ದಲ್ಲಿ ದೀಪವನಿತ್ತು ಭಜಿಪರು
ಹಸಿರಾಗಿರು ನೀ ಎಂದು ಹಾರೈಸುವರು
ಗೃಹದ ಉನ್ನತಿ ಶೋಭೆ ಯೇ ನೀನ್ನೆನ್ನುವ ರು.

ಶ್ರೀಕೃಷ್ಣ ಪರಮಾತ್ಮ ನ ಪ್ರಿಯ ಸಖಿಯೇ
ಜರಾಸಂದ ನ ವೃಂದ ಳು, ವಿಷ್ಣು ಪ್ರಿಯೇ,
ಹಿಂದೂ ಸಂಪ್ರದಾಯ ದ ಶ್ರೇಷ್ಠ ಸಸ್ಯ ರೂಪ
ಔಷದಿಗಳ ಆಗರದ ಪವಿತ್ರ ವನ ರೂಪ.

ಪ್ರತಿ ಮನೆಯ ಅಂಗಳದ ಆರಾಧ್ಯ ದೇವತೆ
ಸ್ತ್ರೀಯರು ದೈನಂದಿನ ಆರೈಕೆ ಕಾಳಜಿಯು
ಸಂಪ್ರದಾಯ ಕವಾಗಿ ದಿನ ನಿನ್ನ ಪೂಜೆಯು
ಪ್ರದಕ್ಷಿಣೆ, ಪ್ರಾರ್ಥನೆ ಯು ನಿನಗೆ ಆಧ್ಯಾತೆ.

ಹಣತೆ

ಹಣತೆ ಹಚ್ಚಿ ಜ್ಞಾನ ದ ಅರಿವು ಮುಡಿಸುವ
ಕತ್ತಲೆಗೆ ಗೆಲುವೇನೆಂಬ ಅಂಧಾಕಾರ
                                    ಅಳಿಸುವ
ಪ್ರೀತಿ, ಸ್ನೇಹ ವ ಹಂಚುವಲ್ಲಿ ಸಹಕರಿಸೋಣ
ಬೆಳಕ ಮೀರಿ ಬರುವ ಕಷ್ಟ ವ ಸಂಹರಿಸೋಣ

ಕಡು ಕತ್ತಲೆಗೆ ಎಂದಿಗೂ ಮುಗಿಯದ ದಾಹ
ಹೊಂಗಿರಣವ ಆಪೋಷಣ ಮಾಡುವ
                                    ವ್ಯಾಮೋಹ.
ಬೆಳಕನ್ನೇ ಉಟ್ಟು, ತೊಡುವ ಮಹಾ ಬಯಕೆ
ಹಣತೆ ನೀ ಹಚ್ಚು, ಒಳಿತು ಮಾಡೋಣ
                                    ಜಗಕೆ.
ಎಚ್ಚರ ರಿಸು ನೀ ತಮದ ಮಾರ್ಗದ ಬಿಂಬ
ಆಸೆಯೊಂದಿಗೆ ಬೆಳಕಿನೆಡೆಗೆ ನೆಡೆವೆನೆಂಬ.
 ತಾನು ಉರಿದು ಬೆಳಕ ನೀಡುವ ದೀಪ
ಮನುಜ ನೀ ಅನುಸರಿಸು ಬಾಳಿನ ಈ

                                    .ರೂಪ.

15/10/23

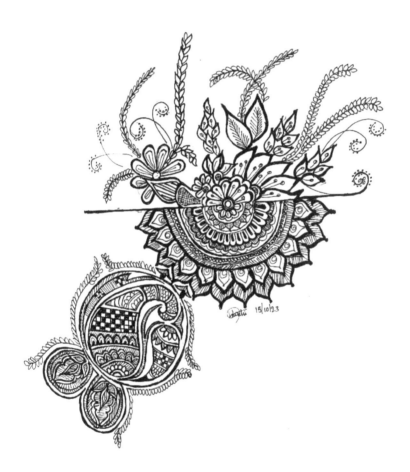

ಕನ್ನಡ ನುಡಿ

ತನು ಮನಗಳ ಲ್ಲಿ ಮಿಡಿಯುವ ಸಾಲು ಗಳು
ಸುಂದರ ಪದಗಳ ಕಟ್ಟಿಹ ಕನ್ನಡ ದಾಳು ಗಳು

ಮಾನವ ಜನ್ಮ ದೊಡ್ಡದು ಹಾಳು ಮಾಡ ದಿರು
ಕುಲ ಕುಲವೆಂದು ಹೊಡೆದಾಡದಿರು
ಅರಿವೇ ಗುರು ಜ್ಯೋತಿರ್ಲಿಂಗ ಗಳೆಂದರು.
ಮನುಷ್ಯ ಜಾತಿ ನೆಲ ತಾನೊಂದೆ ಎಂದರು.

ಹಚ್ಚೇವು ಕನ್ನಡ ದ ದೀಪವೆಂದರು
ಸದ್ವಿಕಾಸದ ತಾಯಿಗೆ ನಿತ್ಯೋತ್ಸವ ವೆಂದರು
ಸರ್ವ ಜನಾಂಗದ ಶಾಂತಿಯ ತೋಟವೆಂದರು
ತನು ಮನ ನುಡಿ ಮಡಿವೆ ಕನ್ನಡಕ್ಕೆ ಎಂದರು

ಕನ್ನಡ ದ ಮಹಾನುಭಾವರ ಸವಿನುಡಿಗಳಿವು
ನಿತ್ಯ ಆಲಿಸುತ ಸಾಗುವುದೇಮ್ಮ ಬಾಳ್ಮೆಯು.

.ನೀರು.

ಜೀವ ನೀನೇ, ಜೀವನ ವೂ ನೀನೇ.
ಬದುಕಿನ ಅವಶ್ಯಕತೆ, ಅನಿವಾರ್ಯತೆ ನೀನೇ,
ಬಗೆ ಬಗೆಯ ದಾಹ ತೀರಲು ಅರಸುವೆವು ನಿನ್ನ,
ಹೊತ್ತು ತುತ್ತಿನ ಹಾಹಕಾರ ನೀಗಿಸುವ ನೀ ಧನ್ಯ.

ಬಣ್ಣವಿರದ ಗುಣವಿರದ ನಿರ್ವಿಕಾರ ಭಾವ
ಅಗತ್ಯ ಕ್ಕೆ ಬೇಕಾದಂತೆ ಹೊಂದುವ ಸ್ವಭಾವ.
ಮನುಜ ನಮಗೇಕಿಲ್ಲ ಹೊಂದಾಣಿಕೆ ಯ ಸ್ಥಿತಿ.
ಕಲಿಯಬೇಕಿದೆ ಒಳಿತು ಮಾಡುವ ಈ ನೀತಿ.

ತಲೆ ಎತ್ತಿ ನಿಂತ ಕಟ್ಟಡ ಗಳ ಸಾಲು ಸಾಲು
ಕೊಳವೆ ಬಾವಿ ಗೆ ಬಲಿಯಾಗಿದೆ ಅಂತರ್ಜಲ.
ಒಮ್ಮೆ ಪ್ರಳಯವೂ ,ಮತ್ತೊಮ್ಮೆ ಬರಗಾಲ.

ಮಾನವನ ದುರಾಸೆಯೇ ನಿನ್ನ ವಿನಾಶ ಕಾಲ.

ಉಳಿಸಲು ಜಲವ, ಬೆಳೆಸಬೇಕಾಗಿದೆ ಹಸಿರು
ಶಿಕ್ಷಣ, ಶಿಕ್ಷೆ ಅಗತ್ಯ ಹೆಚ್ಚಿಸಲು ಹಸಿರ ಉಸಿರು
ಬರಿದು ಮಾಡದಿರಿ, ಜೀವಂತತೆಗೆ ಅಮೂಲ್ಯ.
ಅರಿತು ಬಳಸ ಬೇಕಿದೆ ಹನಿ ಹನಿ ಯ ಮೌಲ್ಯ.

ಸಹಾಯ .

ಸಂಘ ಸಂಸ್ಥೆ ಗಳ ಕಟ್ಟಿ ಸಹಾಯ ಮಾಡಬೇಕು,
ಕಷ್ಟ ದಲ್ಲಿರುವ ವರ ಕಣ್ಣೀರು ಒರೆಸಬೇಕು,
ಪಶು ಪಕ್ಷಿ ಗಳಿಗೆ ದಯೆ ತೋರಬೇಕು,
ಸಾಮಾಜಿಕ ಮಾಧ್ಯಮದಲ್ಲಿ ದನಿ ಏರಿಸುವವರು
ದೃಶ್ಯ ಹಂಚಿಕೊಳ್ಳಲಷ್ಟೇ, ಕೆಲವರು ಸ್ಥಿಮಿತರು,

ತಾಳ್ಮೆ

ಬಾಲ್ಯದಲ್ಲಿ ತಣ್ಣೀರ ತಣಿಸಿ ಕುಡಿಯ ಬೇಕೆಂದರು
ತಾಳ್ಮೆ ಕಲಿಯಲೆಂದು ನುಡಿದರು ಹಿರಿಯರು,
ಶೀತಕ (ಫ್ರಿಡ್ಜ್)ದ ತಂಪಾದ ನೀರೇ ಕುಡಿದರೂ,
ತಾಳ್ಮೆ ಯೇ ಇಲ್ಲದ ಈಗಿನ ಪೀಳಿಗೆ ಯವರು.

ಕರ್ಮ

ಅವರವರ ಕರ್ಮ ಕ್ಕೆ ಅವರ ವರೇ ಹೊಣೆ,
ಎನ್ನುವವರೇ ಎಲ್ಲರೂ ಇತರರ ಕಾರ್ಯ ಕಂಡು
ತಾವು ಮಾಡಿದ, ಎಸಗುವ ಹೀನ ಕಾರ್ಯವ
ಅರಿಯದೆ ನುಡಿವರೇ ಯಾರುಹೊಣೆಯೆಂದು.

ದೇವಿ ಸ್ತುತಿ.

ಯಾ ದೇವಿ ಸರ್ವ ಭೂತೇಷು ಶಕ್ತಿ -
ರೂಪೇ ನ್ನ ಸಂಸ್ಥಿ ತಾ/| ನಮಸ್ -ತಸ್ಯ ಯ್ಯೈ,
ನಮಸ್ -ತಸ್ಯೈ ಯ್ಯೈ, ನಮಸ್ -ತಸ್ಯೈ ಯ್ಯೈ
ನಮೋ ನಮಃ //
ಮಹಾ ಶಿವನ ಸತಿಯೇ ಸರ್ವಮಂಗಳ ದೇವಿ
ಜೀವನ ನಕ್ಕೆ ಸ್ಥಿರತೆ ಕೊಡು ಸನಾತನಿ ದೇವಿ
ನೀತಿಯಲ್ಲಿ ನೆಡೆಸು ನಿಶುಂಬ ಶುಂಬಿನಿ
ಕರುಣೆಯ ನೀಡಮ್ಮ ದೇವಿ ಕಾತ್ಯಾಯಿನೀ.

ಭವ ಭಯವನ್ನೋ ಡಿಸು ಭಗವತಿ ತಾಯೇ
ಅವಿರತ ಶ್ರಮಿಸುವೆ ಅನ್ನಪೂರ್ಣೇಶ್ವರಿಯೇ,
ಸಂತುಷ್ಟಿ ಯ ನೀಡು ಸರ್ವಲೋಕ ಪ್ರಿಯೇ
ಸದ್ಬುದ್ಧಿ,, ಸರ್ವ ಜ್ಞಾನ ವ ನೀಡು ಸರಸ್ವತಿ ಯೇ

ಶ್ರೀ ನಾರಾಯಣ ಸೋದರಿ ಶ್ರೀ ದುರ್ಗಾ ದೇವಿ
ಉದಾತ್ತ ಮೌಲ್ಯ ವ ನೀಡು ಮಹಾಲಕ್ಷ್ಮಿ ದೇವಿ.
ವಾತ್ಸಲ್ಯ, ಮಮತಾಮಯಿ ಮಹಾ ಸಿದ್ಧಿದಾತ್ರಿ
ತಪ್ಪುಗಳನ್ನು ಮನ್ನಿಸಿ ಕ್ಷಮಿಸೆ ಲ್ಲರ ಕಾಳರಾತ್ರೀ.

ಅನನ್ಯ ಬಕುತಿಯಲ್ಲಿ ಭಜಿಪೆವು ಜಗನ್ಮಾತಾ
ಸಾರ್ಥಕ ಜೀವನ ಪಾಲಿಸಮ್ಮ ಸ್ಕಂದಮಾತಾ,
ಸರ್ವಸಿರಿ ಅಲಂಕೃತ ಅಭಯಂಕರಿ ಮಹಾಶಕ್ತಿ
ಹಸಿರು, ಉಸಿರ ನೀಡಿ ಕಾಪಾಡು ಶ್ರೀ ಆದಿಶಕ್ತಿ..

ಬದುಕು – ಪುಸ್ತಕ.

ಆರಂಭದ ಪುಟವು ,ಅಂತ್ಯದ ಪುಟ ವು
ವಿವೇಚನೆ ಗೆ ನಿಲುಕದ ಬರೆದಿಟ್ಟ ಕೃತಿಯು .
ತುಂಬಿಸ ಬೇಕಾಗಿದೆ ನಡು ಮದ್ಯ ಪ್ರತಿ ಪುಟವು
.ಅವರವರ ಅರಿವಿನ ತಿಳಿವಿನ ಆಲೋಚನೆ ಯು

ತಿಳಿದೋ ತಿಳಿಯದೆ ಗೀಚುವವರು ಹಲವರು
ಆಸೆಗಳ ಗಳ ಸಾಕಾರ ಗೋಳಿಸ ಲೆತ್ನಿಸುವವರು
ಅವಿರತ ಶ್ರಮದ ಶ್ರಧ್ಧೆ ಯಲ್ಲಿ ಹೋರಾಡುವರು
ಯೋಚಿಸಿ, ಬಯಸಿ ಪಡೆದ ಪ್ರವೀಣರು.

ಪುಸ್ತಕ ದ ಗೆಳೆತನ, ನಿಯತ್ತಿನ ಕಾಯಕ
ನಿರಂತರ ಆಸೆ ಅವಕಾಶ ಗಳೊಂದಿಗೆ ಸೆಳೆತ
ಪ್ರತಿ ಹಳೆಯಲ್ಲೂ ಹೊಸತು ರಚಿಸುವ ತವಕ
ನವ ಆವಿಷ್ಕಾರ ದ ನವ ಬದುಕು ಅನವರತ.

ಬದುಕಿನ ಪುಟವು ತಿರುಗಿಸಿದಷ್ಟೂ ಸೋಜಿಗ,
ಪ್ರತಿ ಪುಟಕ್ಕೂ ದೀರ್ಘ ಕಲಿಕೆ ಅವಶ್ಯಕ,

ಓದಿದಾಗ ಮಾತ್ರ ತಿಳಿ ಯುವುದು ಮಹತ್ವ
ತತ್ವ ಅರಿತು ಬದುಕಿದವರಾಗುವರು ಮಹಾತ್ಮಾ.

ನಗು

ಉತ್ತರ ಕೊಡೋಕೆ ಆಗದ ಎಷ್ಟೋ ಪ್ರಶ್ನೆ ಗೂ,
ಸಮಾಧಾನ ನೀಡುವುದು ಮುಗುಳ್ನಗು,
ಬಾಲ್ಯದ ಅರ್ಥ ವಾಗದ ನಿಸ್ವಾರ್ಥ ನಗು
ಜೀವನ ಕಳೆದಿದ್ದು ಗೊತ್ತೇ ಆಗದ ಮುಗ್ದ ನಗು

ಮುದುಡಿದ ಮನ ದಲ್ಲಿ ಅರಳುವ ನಗು
ಸಾವಿರಾರು ನೋವು ಗಳ   ಮರೆಸಿದಂತೆ
ಸಕಲರ ಹೃದಯದ ವೇದನೆ ಮರೆಸುವಂತೆ
ನೊಂದ ಮನಸ್ಸುಗಳಿಗೆ ಮುಖವಾಡ ನಗು.

ಮಳೆ ನಿಂತರೂ, ಹನಿ ಗಳು ನಿಲ್ಲದಂತೆ
ಮಾತು ಮುಗಿದರು ನಿಲ್ಲದ ಸಂತೃಪ್ತ ನಗು
ಗೆಲುವು ನಿಲುಕದೆ, ಬಸವಳಿದು ನರಳಿದರೂ
ಸೋಲನ್ನೂ ಆಳುವ "ಅಳು ನುಂಗಿ ನಕ್ಕ ನಗು."

ಮನಸ್ಸಿನ ಮುಖದ ಮಾಸದ ನಗು
ಬದುಕಿನ ಭರವಸೆ ಯ ಜೀವಸೆಲೆ ನಗು

ಮನ ಅರಳಿಸುವ ಸದ್ದುದ್ದೇಶದ ಹೂ ನಗು
ಮಾನಸಿಕ ಒತ್ತಡ ನಿವಾರಣ, ಸಂಜೀವಿನಿ ನಗು.

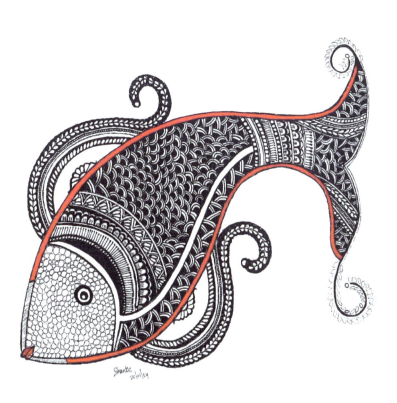

ಹಾದಿ

ಜೀವನ ಎಂತಾದರು ಕ್ರಮಿಸಲೇ ಬೇಕಾದ ಹಾದಿ
ಬೆಳಸು ಸ್ನೇಹ ವ ತಂಪೆರೆಯಲಿ ಹಾದಿಯ ಬದಿ.
ಇಡುವ ಹೆಜ್ಜೆಯಲಿ ಶ್ರದ್ಧೆ ಇರಲು ಸುಗಮ ನಡೆ
□ ಪ್ರೀತಿ ಬಾಂದವ್ಯ ವಿದ್ದರೆ ಬಾಳು ನೆಮ್ಮದಿ ಕಡೆ

ಮರೆಮಾಡು ಮನುಜ ಅಹಂ ಎನ್ನುವ ತೆರೆಯ
ಮಂದಹಾಸ, ಸೌಜನ್ಯ ದೆಡೆ ತೋರು ನಿನ್ನೊಲವ
ಪಡೆದಷ್ಟೂ, ಅನುಭವ ಗಳ ಮಹಾಪೂರ
ಮಂಕಾಗದ ಭರವಸೆ ಇದ್ದಲ್ಲಿ ಗುರಿಯ ನಿರ್ಧಾರ.

ಸುವಿಚಾರದ ಹಾದಿ ಯು ಎಂದಿಗೂ ಭವ್ಯ.
ಧೃಡ ಹೆಜ್ಜೆಯಲ್ಲಿ , ಸಿಗುವುದು ಬದುಕು ನವ್ಯ.
ನಿರ್ಧರಿತ ಚಕ್ರವ್ಯೂಹ ವಿದು ಭೇದಿಸಲೇ ಬೇಕು
ಗಮ್ಯ ಗುರಿಯೆಡೆಗೆ ಪಯಣಿಸಲೇ ಬೇಕು.

ಮುಂದಿದೆ ವಿಸ್ಮಯ ಗಳ ಗೊಜಲು ಲೋಕ

ಕವಲು ದಾರಿ, ಕೈಗೆ ನಿಲುಕದ ನಿಗೂಢ ನಾಕ.
ಪುನರಪಿ ಜನನಂ, ಪುನರಪಿ ಮರಣಂ
ಅರಿವಿಗೆ ನಿಲುಕದ ಪರಮಾತ್ಮ ನ ತಾಣ.

ಕಾಲ.

ಬದುಕಿನ ವೇಗ ಸಾಗಿತು ಯೋಚನೆ ಯೊಂದಿಗೆ,
ವ್ಯರ್ಥಯಿಸುತ ಕಳೆಯಿತು ಅಮೃತ ಘಳಿಗೆ
ಸರಿದೇ ಹೋಯಿತು ಸಮಯ ತಡೆಯಲಾಗದೆ
ಯೋಚಿಸಿದ ಸಮಯಕ್ಕೆ ಪಶ್ಚತ್ತಾಪ ಪಡದೆ .

ಕಾಲದ ನಿರ್ಣಯದಲ್ಲಿ ರುವ ವರೆ ಎಲ್ಲ.
ಸದ್ದಿಲ್ಲದೇ ಬರುವುದು ಯಾರು ಬಯಸದೆ ಎಲ್ಲ.
ಕಾಲನ ಕಲ್ಪನೆ ಗೆ ಯಾವುದೇ ತಾರತಮ್ಯ ವಿಲ್ಲ.
ಕರೆ ಬಂದಾಗ ಹೋಗುವುದು ತಪ್ಪಿದ್ದಲ್ಲ.

ಸಮಯಕ್ಕೆ ಸರಿಯಾದ ನಿರ್ಧಾರ ಗಳು,
ನಿರ್ಧರಿಸುವುದು ಬದುಕಿನ ಬವಣೆ ಗಳು,
ಸ್ವೀಕರಿಸುವವರೇ ಎಲ್ಲ ಸಮಾಜದಲ್ಲಿ,
ಅರ್ಥೈಸುವನು ಮಾತ್ರ ದೇವನು ಜಗದಲ್ಲಿ.

ಗಳಿಸಿದ್ದು, ಬೆಳೆಸಿದ್ದು, ಉಳಿಸಲು ಸಾಧ್ಯವೇ,
ನನ್ನದು, ನನ್ನವರೆಂಬುದು ಶಾಶ್ವತ ವೇ,
ಪ್ರೀತಿ, ನೆಮ್ಮದಿಗೆ ಶ್ರೀಮಂತಿಕೆ ಅವಶ್ಯ ಕತೆಯೇ,
ಕೊನೆಗೆ ಕಾಲನೊಂದಿಗೆ ಎಲ್ಲ ತ್ಯಜಿಸಿಬೇಕಲ್ಲವೇ.

Shanthi
16/11/23.

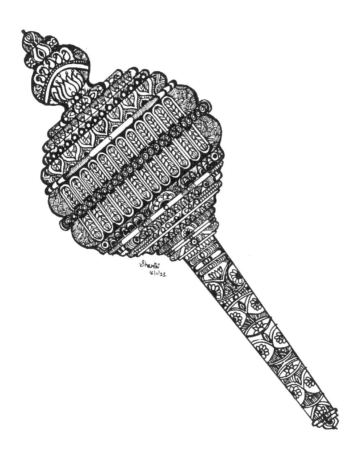

ನಮಸ್ತೇತು - ನಮನ.

ಪ್ರಥಮ ಪೂಜಿತ ಓ ಗಣ ನಾಯಕ,
ಅರ್ಪಿಸುವರು ನಿನಗೆ ಕಡುಬು, ಮೋದಕ.
ದೇವಾ ಗಣಗಳಲ್ಲಿ ಅಗ್ರ ಮಾನ್ಯ,
ಭಕ್ತ ಜನರ ಮನಸ್ಸಿನಲ್ಲಿ ವಿಶ್ವ ಮಾನ್ಯ.

ಶುದ್ಧ ವಾದ ಮಣ್ಣಿನಿಂದ ರೂಪುಗೊಂಡು,
ಸುಗಂಧ ಧ್ರವ್ಯ ಗಳಿಂದ ಅಲಂಕರಿಸಿಕೊಂಡು,
ಪೂಜಿಪ,ಮಣ್ಣಿನಿಂದಲೇ ಬೆಳೆದ ಗರಿಕೆಯನಿಟ್ಟು,
ಪ್ರಕೃತಿಯ ಉಳಿಸುವ ಭಕ್ತಿಯ ಸಂಕಲ್ಪ ತೊಟ್ಟು

ಅಂಬಾ ಸುತನೆ ನಂಬಿದವರ ಕಾಯೋ
ವಕ್ರ ತುಂಡನೆ ವಕ್ರ ಜೀವನ ಕಳೆಯೋ
ಮಂಗಳಮೂ ರ್ತಿಯೇ ವಿನಯ ವ ನೀಡೋ
ವಿದ್ಯಾಧಿಪತಿಯೇ ಸು ಜ್ಞಾನಿ ಯ ಮಾಡೋ.

ಗೌರಿ ತನಯನೆ ಬಾಳಲಿ ಗೌರವ ಕಲ್ಪಿಸು
ಕ್ಷಮಾ ಕರಂ ಕ್ಷಮೆಯ ದಯಪಾಲಿಸು

ಬಾಲಚಂದ್ರನೆ ಬವಣೆ ಗಳ ಪರಿಹರಿಸು
ಸಿದ್ಧಿ ಪ್ರಿಯನೆ ಸಕಲ ಸಮೃದ್ಧಿ ಯ ಕರುಣಿಸು.

ಅತ್ಯಾಚಾರ

ಸಾವಿರಾರು ಕನಸು ಗಳ ಹೊತ್ತು ಹೊರಟ್ಟಿದ್ದು
ಜನ ಸೇವೆ ಯ ಮನ ಛಲ ಗುರಿಯಾಗಿದ್ದು
ಹಗಲಿರುಳು ಎನ್ನದೆ ತನು ಮನ ಶ್ರಮ ಪಟ್ಟಿದ್ದು
ಗುರಿಸೇರಲು ಇನ್ನೇನು ಕೆಲವೇ ಕ್ಷಣಗಳಿದ್ದು,

ಇದೆಂತ ವಿಪರ್ಯಾಸ, ದುರಾದೃಷ್ಟವೇನ್ನಲೇ,
ವಿಧಿಯಾಟಕೆ ಬಲಿಯಾದ ನತದೃಷ್ಟಳೆ ನ್ನಲೇ,
ಕ್ರೂರತೆಯ ಪರಿ ಎಷ್ಟೊಂದು ಭಯಂಕರ,
ದೌರ್ಜನ್ಯ ದ ಕಥೆ ಯಲ್ಲಿ ವ್ಯಥೆ ಯ ಸಾರ.

ನರಕ ಯಾತನೆ ಅನುಭವಿಸುವ ಕನ್ಯೆ ಗಾಗಿ,
ಸುಡುವರು ಸಾವಿರಾರು ಮೇಣದ ಭತ್ತಿಗಳು.
ಸಿಗುವುದೇ, ಬರುವುದೇ, ಬದಲಾವಣೆ ಗಳು.
ಸುಡಬಾರದೇಕೆ ?, ಕಾಮುಕರ ಅವಳಿಗಾಗಿ.

ಬದುಕಿನ ಕನ್ನಡಿಯಲ್ಲಿ ತೀರದ ಮೌನ.
ರಕ್ಕಸನ ಮುಂದೆ ಅಂಗಲಾಚಿತ್ತು ಮನ.
ದಾಹಕ್ಕೆ ಸಿಕ್ಕ ದೇಹ ಸಂಸ್ಕಾರಕ್ಕೆ ಹೊರಟಿತ್ತು.
"ಹೆಣ್ಣಾಗಿ ಹುಟ್ಟ ಬೇಡ". ಇಟ್ಟ ಕಟ್ಟಿಗೆ ನುಡಿದಿತ್ತು.

ನಮಸ್ಕಾರ

ವಿನಮ್ರತೆಯ ರೂಪ ಎಷ್ಟೊಂದು ವಿಸ್ತಾರ
ಇದರೊಳಗೆ ಅಡಗುವುದು ಅಹಂಕಾರ
ಮನುಷ್ಯನ ಗುಣ ತೋರುವುದು ಸಂಸ್ಕಾರ.

ಕರಗಳ ಜೋಡಿಸಿ ಬಾಗುವ ನಮಸ್ಕಾರ
ಅದರೊಳಗಡಗಿದೆ ಅಪಾರ ಭಾವನೆಗಳ ಭಾರ
ನಿಲ್ಲದು ಅದರ ಮುಂದೆ ದ್ವೇಷ, ತಿರಸ್ಕಾರ

ಕಂಡೊಡನೆ ಮಾಡುವ ವಿನಯದ ನಮಸ್ಕಾರ
ಹಲವಾರು ಸಂಬಂಧ ಗಳಿಗೆ ಚಮತ್ಕಾರ
ತೊ ಲಗಿಸುವುದು ನಾನೆಂಬ ಅಹಂಮ್ಮಿನ ಹಾರ.

ಕರುಣಿಸುವುದು ಭಕ್ತಿ ಭಾವ ಅಪಾರ.
ಆಡಂಬರ ಕ್ಕಿಂತ ನಮ್ರತೆಯ ಆಚಾರ
ಜಗದೊಳಗೆ ಮೆಚ್ಚುವರು ಭಕ್ತಿ ಯ ಆ ಹರಿಹರ.

ಶ್ರಾವಣ

ವರ್ಷದ ಋತು ವಿನ ಹಸಿರಿನ ತೋರಣ
ಭುವಿ ಯ ಬಾಗಿಲಿಗೆ ಆಗಮಿಸಿತು ಶ್ರಾವಣ
ಅಂಗಳವೆಲ್ಲಾ ಬಣ್ಣದ ಹೂಗಳ ಹಂದರ
ಜಿನಿ ಜಿನಿ ಮಳೆಯಲ್ಲಿ ಸಂತೋಷ ಸಡಗರ
ಸಾಲು ಸಾಲು ಹಬ್ಬಗಳು ಸಾಲಿನಲ್ಲಿ ಬಂದವು
ಮನಸ್ಸಿನಲ್ಲಿ ಹೊಸ ಬಗೆ ಆಸೆ ಹೊತ್ತು ತಂದವು
ತರು ಲತೆಗಳು ಹಸಿರಿನಿಂದ ಕಂಗೊಳಿಸಿದವು
ಬಾನಾಡಿಗಳು ಚಿಲಿಪಿಲಿಯೆಂದು ಹಾರಾಡಿದವು.
ಋತು ಬದಲಾವಣೆಯ ನೆಪಬೇಕಾಗಿತ್ತು
ಆಕಾಶ ಭೂಮಿಗೆ ಕಂಕಣ ಬೇಸೆ ದಾಗಿತ್ತು
ರವಿಯ ಹೊಂಗಿರಣದ ರಶ್ಮಿ ಹೊರ ಹೊಮ್ಮಿತ್ತು
ಶ್ರಾವಣ ಸಂಭ್ರಮ ಹೊತ್ತು ತಂದಿತ್ತು
ಕಾಲ್ಗೆಜ್ಜೆಗಳ ನಿನಾದ ಸುತ್ತ ಮುತ್ತ ಸಡಗರ
ಅರಿಶಿನ ಕುಂಕುಮದ ವಿನಿಮಯ ದ ಅಬ್ಬರ
ಹಬ್ಬವು ಮರೆಸಿತು ಬವಣೆಗೆ ತುಸು ಪರಿಹಾರ
ಸಂತಸ ಸಂಭ್ರಮ ಕಂಡು ನಲಿಯಿತು ಪರಿಸರ.

Shanthi

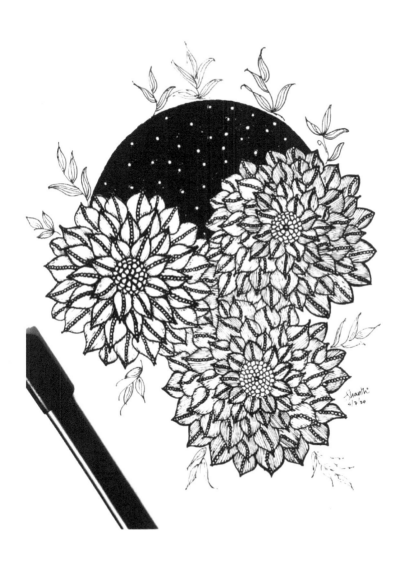

ಮಳೆ - ಪ್ರವಾಹ

ಬೀಸುವ ಬಿಸಿ ಗಾಳಿಗೆ ಮೈಯೊಡ್ಡಿ ಕಪ್ಪಿಟ್ಟು
ಒಣಗಿದ ಎಲೆ ಗಳ ಸೀರೆ ಯನ್ನುಟ್ಟು.
ಭಾವನೆ ಗಳ ಭಾರ ತನಿಸಲು ಭುವಿ ಕಾದಿ ಹಳು
ಮೋಡವ ಹೋದೆಸು ಮುಗಿಲಿಗಿ ಬೇಡಿಹಳು
ಕರಿ ಮುಗಿಲು ಕಪ್ಪಾಗಿ ಗುಡುಗು ಆರ್ಭಟಿಸಿತು
ಇಳೆಗೆ ಮೇಘ ದ ಪ್ರೀತಿಯ ಜಳಕ ಹರಿಸಿತು
ಗಿರಿ ಕಂದರಕ್ಕೆಲ್ಲ ನೆಂದ ನೆಲದ ಗಂಧದ ಲೇಪನ
ಬಾನಿಂದ ಭುವಿಗೆ ಹನಿ ಹನಿ ಮುತ್ತಿನ ಸಿಂಚನ
ಮೈದುಂಬಿ ಹರಿದಿಹಳು ನದಿ ಸಾಗರ ದ ಕಡೆ
ಆರ್ಭಟಿಸುತ ಸೆಳೆದಿಹದು ಸಮುದ್ರ ತನ್ನೆಡೆಗೆ,
ನಲಿದಿಹಳು ಭೂದೇವಿ ತಂಗಾಳಿ ತಂಪಿಗೆ,
ಹಸಿರನ್ನುಟ್ಟು ನಾಚಿದಳು ಮೋಡ
ಸರಿದ ಮುಗಿಲಿಗೆ.

ಕಾಡು ಮೇಡಿಂದ ಉಕ್ಕಿ ಬಂದಿರುವ ಜಲಧಾರೆ
ಎಡೆಬಿಡದೆ ಸುರಿದಿಹ ಜೀವಾಮೃತ ವರ್ಷ ಧಾರೆ
ತೇಲಿ ಮುಳುಗುತ್ತಿರುವ ಜನವಾಸಿಗಳ ಪಾಡು.
ಪ್ರಕೃತಿ ನಿನ್ನ ರೂಪ ರಾಶಿಯ ನೀನೇ ಕಾಪಾಡು.

ಗುರು ನಮನ

ಇಲ್ಲ ವೆಂಬ ನಕಾರಾತ್ಮಕ ಮನದ ಕೊರಗಿಗೆ
ಇದೆ ಯೆಂಬ ಪ್ರಯತ್ನ ದ ದಾರಿ ನೆನಪಿಸಿ
ಅರಿವೆ ಗುರು ಎಂದು ಸಾಕಾರ ಗೊಳಿಸಿ
ಕಲ್ಲಿಗೆ ರೂಪವ ನೀಡುವ ಸುಂದರ ಶಿಲ್ಪಿ.
ಜೀವನದ ಗುರಿ ಗಳಿಗೆ ಅರ್ಥ ಕೊಟ್ಟವರು
ಕಲಿಕೆಗೆ ಭುನಾದಿ ಯಾದ ಮಹಾನುಭಾವರು
ಅಜ್ಞಾನ ಅಳಿಸುವ ವ್ಯಕ್ತಿ, ಶಕ್ತಿಯಾದವರು
ನೆನಪಿನಾಳದಲ್ಲಿ ಅಚ್ಚಳಿಯದ ಸಕ್ಷಮರು.
ಅಂದನಿಗೂ ಅಕ್ಷರದ ವರವ ಕಲ್ಪಿಸಿದವರು
ವಸ್ತು, ವಿಷಯ ವಿಚಾರ ಕಲಿಯುತ ಕಲಿಸುವರು
ಕನಸ ಕಂಡು ಬಿತ್ತಿದವರು, ದಾರಿ ತೋರಿದವರು
ದಿಗಂತ ದಲ್ಲಿ ಜ್ಞಾನದ ಹಸಿವು ಉಣಿಸಿದವರು.
ಸಕಲ ವಿದ್ಯಾಪಾರಂಗತರಾದ ಪಾಂಡವರು
ಗುರು ದ್ರೋಣಾ ಚಾರ್ಯರ ಪಡೆದ ಪುನೀತರು.
ಸನ್ಮಾರ್ಗ, ಸಾಥ್ಕರ್ಯ ದ ಕಡೆ ಹುರಿದುಂಬಿಸುವ
ಗುರು ವೃಂದವ ಪಡೆದವರೇ ಜಗದಲ್ಲಿ ಧನ್ಯರು.

ಕರ್ಮ.

ಹೊರುವ ಭಾದ್ಯತೆ, ಸಹನೆ ಇರುವವರೀ ಗೆ,
ನೀಡುವನು, ಭಗವಂತ ಭಾದ್ಯಗಳ.
  ಅರಿತೋ ಅರಿಯದೆಯೋ ಮಾಡಿದ ಕಾರ್ಯ,
ಕಾಡುವುದು ಬೆಂಬಿಡದೆ ಕರ್ಮವಾಗಿ,
  ಮುಂದಿನ   ಬದುಕಿನ ಬವಣೆ ಗಳೇ ನೆಂದು
ವ್ಯರ್ಥಸಿದ ಸಮಯವು ನಿರ್ಧರಿಸುವುದು,
ಕಲ್ಲಿಗಾದ ನೋವಿಗೆ ಸುಂದರ ಶಿಲೆಯಾ ದಂತೆ
ಧರ್ಮ ಕರ್ಮ ಗಳು ತೋರುವುದು ಸ್ಥಾನವನು
ಪಡೆದು ಬಂದ ಭಾಗ್ಯಬಿಟ್ಟು ಬಿಡದೆ
                        ಹಿಂಬಾಲಿಸುವುದು
ಇಷ್ಟಾರ್ಥ ನೆರವೇರಲು ಇರಬೇಕು ನಿಯತ್ತು.
ಆಗಾಗ ದಿಕ್ಕು ದೆಶೆ ಬದಲಿಸುವ ಬದುಕಿದು
ಎಲ್ಲರನ್ನೂ   ಬರಸೆಳೆದು
                  ಮಡಿಲಿಗೇರಿಸಿಕೊಳ್ಳುವುದು
ಹೂವಿನ ಹಾಸಿಗೆಯಾ ದರೆ ಕೆಲವರದು
ಗೋಳಿನ, ಮುಳ್ಳಿನ, ಕಲ್ಲುಗಳ ಬೀದಿ.
                        ಹಲವರದು

ಎಲ್ಲಾ ಹಾದಿಯಲ್ಲೂ ನಾನಾ ತಿರುವುಗಳ ನಂಟು
ಫಲ ಮಾತ್ರ ಹೊತ್ತು ತಂದಿರುವ ಕರ್ಮದ ಗಂಟು.

ಪ್ರಶ್ನೆ

ಬಂಧನ ದ ಭಾವವು ಪ್ರೇಮವಾಗಲಾರದು.
ಸಾಧ್ಯವಾಗುವುದೇ ಬಂಧನ ಮುಕ್ತಗೊಳಿಸಲು
ಹನಿ ಕಣ್ಣೀರಿಗೂ ಕುತೂಹಲದ ಕಾರಣ ಗಳು
ಮನಬಚ್ಚಿ ಕೂಗಾಡಲು ಬರಬಾರದೇ ಬಾಲ್ಯ.

ಬಂಗಾರದ ಪಂಜರದಲ್ಲಿರುವ ಹಕ್ಕಿಗೆ
ನೆರವೇರಿತೇ ಬಯಸಿದ ಮನಸ್ಸಿನ ಸರ್ವೇಚ್ಚೆ
ಹಿಡಿದಿಟ್ಟಾಗಲೇ ಹೆಚ್ಚಾಗುವುದು ಹಾರುವ ಇಚ್ಚೆ
ಸ್ವತಂತ್ರ್ಯದ ಅರಿವಾಗುವುದು ಬಂಧನ ದೊಳಗೆ

ಮೋಹದ ಆಮಿಷ ಕ್ಕೆ ಸಿಲುಕಿದ   ಪಾಶಾವೋ
ಬಿಡುಗಡೆಯ ಭರವಸೆಗೆನಿಲುಕದ ವಿಶ್ವಾಸವೋ,
ಬಾಡಿಹೋದ ಮೇಲೆ ಸುಗಂಧ ವಿರದ ಹೂವು
ನಂಬಿಕೆ ಹೋದ ಪ್ರೀತಿ ಸ್ನೇಹ, ಬಂಧುತ್ವವು

ಅವಶ್ಯಕತೆ ಗಾಗಿ ಅವರವರ ಭಾವನೆಯೋ
ಜಗದೊಳು ಯಾರ್ಯಾರಿಗೆ ಅನಿವಾರ್ಯವೊ,

ಮನಸ್ಸುಆಗಸದ ಹಕ್ಕಿಯೋ ಪಂಜರದ
ಪಕ್ಷಿಯೋ
ಬದುಕು ಬಂಧನವೋ, ಸ್ವಾತಂತ್ರ್ಯ ವೋ? ??.

Shanthi
10/01/24

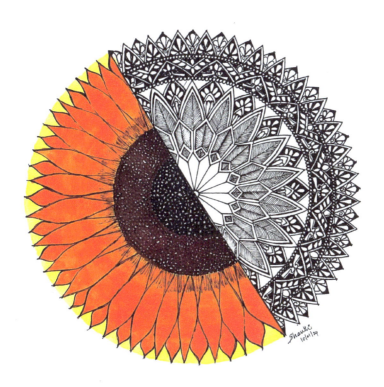

ಸಂಚಾರದ ಒತ್ತಡ

ಗಿಜಿ ಗಿಜಿ ಜನರ ನುಕಲಾಟ, ತಳ್ಳಾ ಟ.
ರಸ್ತೆಯೆಲ್ಲಾ ವಾಹನ ಗಳ ಜೋಡಿಸಿ ದಂತೆ
ಕಣ್ಣ ನೋಟಕ್ಕೆ ಸಿಗುವಷ್ಟು ಕಾಣಲಾರದ ನೆಲ
ಯುದ್ಧಕ್ಕೆ ಹೊರಟ ಯೋಧರಂತೆ ಧಾವಂತ
ಪ್ರತಿಯೊಬ್ಬರೀಗೂ ಗೂಡು ಸೇರುವ ಹಂಬಲ.
ಎಲ್ಲಿಂದಬಂದರೋಯಾರೆಂದು ತಿಳಿಯದವರು.
ಒಬ್ಬರಿಗಿಂತ ಇನ್ನೊಬ್ಬರು ವೇಗವಾಗಿ ಹರು
ತನಗೆಲ್ಲಿ ಜಾಗವಿಲ್ಲವೇನೋಎಂದು ಯೋಚನೆ
ಮಿತಿಯಿಲ್ಲದ ವೇಗ ಅವಸರ ದ ನುಗ್ಗುವಿಕೆ.
ಬಂದಿಯಾಗಿಹರು ಒಬ್ಬರಾಹಿಂದೊಬ್ಬರು.
ಸಂಚಾರದ ಗೊಂದಲದ ಒತ್ತಡದ ಲ್ಲಿರುವವರು
ಸಹನೆಯಿಲ್ಲದ, ವಿವೇಚನೆಯಿಲ್ಲದ ಮಂದಿಯು,
ತನ್ನೊಂದಿಗೆ ಇತರರಿಗೂ ತೊಂದರೆ ನೀಡುವರು
ನಿಧಾನವೇ ಪ್ರಧಾನ ವೆಂದರಿಯದವರು
ರಾಜಧಾನಿ ಗಳಲ್ಲಿ ಜೀವಿಸುವ ಪಯಣಿಗರು.

ಪ್ರಕೃತಿ -ಕೊಡುಗೆ .

ಚಿಗುರಿದೆ ಮನಸ್ಸು, ಕಂಡು ಪ್ರಕೃತಿಯ ಸೊಗಸು.
ಅರಳಿವೆ ಹೂವು ಗಳು ಚೆಲುವಿನ ಹೊಂಗನಸು
ಏಕಾಂತಕ್ಕೆ ತಂಗಾಳಿಯು ತಂಪೆರೆಯುತ್ತಿದೆ .
ಮುಂಜಾನೆ ಮಂಜು ಬೆಳ್ಮುಗಿಲು ಚುಂಬಿಸುತ್ತಿದೆ.

ಹಕ್ಕಿಗಳ ಚಿಲಿಪಿಲಿ ಮರುಕಳಿಸಿದೆ ಒಡನಾಟ
ಕಲರವದ ಬಾಂದವ್ಯ ಕ್ಕೆ ಒಲವಿನಾಟ
ಜುಳು ಜುಳು ನದಿಯ ಸ್ವಚ್ಛತೆ ಗೆಲ್ಲಿದೆ ಸಾಟಿ
ಹಚ್ಚನೆಯ ಬನ ಕಂಗೊಳಿಸಿದೆ ಮನ ಮೀಟಿ

ಪೂರ್ವದ ಬೆಟ್ಟದ ನಡುವಿನ ಸೂರ್ಯ
ತರು ಲತೆಗಳ ತಳುಕು ಬಳುಕು ಮಾಧು ರ್ಯ
ಚಳಿಗಾಳಿಯ ಅಲೆಯಲಿ ಸುಗಂಧ ದ ಘಮಲು
ಗಿರಿ ಶೃಂಗಾ ದ ಲ್ಲಿ ಜಲಪಾತದ ಹೊನಲು.

ಧೃಷ್ಟಿಗೆ ನಿಲುಕದ ಸೌಂದರ್ಯ ಲಹರಿ
ವ ರ್ಣಿಸಲದಳ ಪ್ರಕೃತಿ ಪರಿಸರದ ಈ ಪರಿ

ಕೆರಳಿ ಕಂಪಿಸಿದರೆ, ಜೀವಸೆಲೆ ವಿನಾಶಕ್ಕೆ
ಮುನ್ನುಡಿ.
ಸ್ವಚ್ಛತೆ, ಧನ್ಯತೆ, ಧ್ಯೇಯ ವಾಗಿರಲಿನ್ನೇ ವುದು
ಹಿತ ನುಡಿ.

ಹರಯದ ಮಾತೆ

ಅರಿವಿಲ್ಲ ದ ಅನರ್ಥದ ಅನುಭವದಲ್ಲಿ
ಆರದ ಚಿಗುರೊಂದಿತ್ತು ಮಡಿಲಲ್ಲಿ.
ಕಲ್ಪನಾ ಲೋಕದಲ್ಲಿ ವಿಹಾರಿಸುವಾಗ,
ಬಲಿಪಶು ವಾದ ಕಾರಣ ತಿಳಿಯದಾಗ.
ಮೌನವಾದ ಹದಿ ಹರಯ ಹೊಯ್ದಡಿತ್ತು
ಸಂಭ್ರಮಿಸುವ ಘಳಿಗೆಯಲಿ ಅಂಜಿಕೆಯಿತ್ತು.
ತನ್ನೊಳಗೇ ನಾಗಿದೆಯೆಂದು ಅರಿಯದಾ ಗಿತ್ತು.
ಉಳಿಸಿ, ಎದುರಿಸುವ ಛಲ ನಿಶ್ಚಲ ವಾಗಿತ್ತು.
ಮಮತೆಯ ಮೃದು ಭಾವ ಮೂಡಿರಲು,
ನವಮಾಸದ ನೋವು ತನುವಿನಲಿರಲು,
ಹೊಸ ಚೇತನದ ಹಂಬಲದಲ್ಲಿರಲು
ಮಾತೃತ್ವದ ಬಯಕೆ ನೂರ್ಮಡಿಸಿರಲು.
ಪರಿಸ್ಥಿತಿಯ ಹೊಡೆತಕ್ಕೆ ಸಿಕ್ಕಿದ ಕರುಣಾಮಯಿ,
ಚಿತ್ರಿಸಿದಳು ನವ ಜೀವನವ ವಿನ್ಯಾಸಕಿ.

ಪ್ರಪಂಚವ ಪರಿಚಯಿಸಿದ ಸಂಚಾಲಕಿ,
ತನ್ನದೆಲ್ಲವ ಧರೆಯೆರೆದ ತಾಯಿ ತ್ಯಾಗಮಯಿ.

ಮೊದಲ ಸಲ ನಾ ಕಂಡ ದ್ವಾರಕೆ

ಧೋ ಯೆಂದು ಭುವಿಗ ಪ್ಪಳಿ ಸುತ್ತಿ ದ್ದಳು ಗಂಗೆ
ಕೊರೆಯುವ, ರಭಸ ದ ಮರಳಿನ ಬಿರು ಗಾಳಿ
ತನು ಮನ ಆತಂಕದ ಹೋರಾಟದಲ್ಲಿ
ಎತ್ತ ತಿರುಗಿ ನೋಡಿದರೂ ಪರಿಚಯದವರಿಲ್ಲ.

□ ಸಮುದ್ರರಾಜನ ಬೋರ್ಗರೆತ ಸುತ್ತಿರಲು
ಮಳೆರಾಯ ಬಿಡಲಾರೆ ಯೆಂದು ಬೆನ್ನಹತ್ತಿರಲು
ಕೆಡೆನಾಗುವುದೋ ಎಂದು ಮನ ಕಂಪಿಸಿರಲು
ದೇವರ ಸ್ತೋತ್ರ ಪದೇ ಪದೇ ಜಪಿಸಿರಲು

ಮನದೊಳಗಿನ ಕಸಿವಿಸಿ ಗೆ ಅಂತ್ಯ ವಿಲ್ಲದೆ
ಸೋಮನಾಥನದರ್ಶನ ಭಾಗ್ಯ ದೊರಕ್ಕಿತ್ತು.
ಕುಳಿರ್ಗಾಳಿ ಚಂಡ ಮಾರುತವೆಂದು ಬಿತ್ತರಿಸಿತ್ತು.
ಮಸ್ಸಿದ್ದರೆ ಮಾರ್ಗವೆಂದು ಪಯಣಿಸಿದ್ದಾ ಗಿತ್ತು.

ಕಾರ್ಮೋಡ, ಕವಿದಿರಲು ಹಗಲು ಹೆದರಿಸಿದ್ದು
ಸಾಗುವ ದಾರಿಯು ಹೊಂಡ ಗುಂಡಿಗಳಾಗಿದ್ದು
ಭಾನು, ಭುವಿ ಜೊತಗೆಸೇರಿ ಶಪಥ ಮಾಡಿದ್ದು
ಮುಂದೆ ತೋಚಿ ದಷ್ಟೂ ನೀರೇ ನೀರಾಗಿದ್ದು,

ಶ್ರೀಕೃಷ್ಣ ಕೃಪೆತೋರೆಂದು ಮನ ಕರಗಿರಲು
ಆ ಮಹಾತ್ಮ ಚಾಲಕನು ಗುರಿ ಮುಟ್ಟಿಸಿರಲು
ದ್ವಾರಕಾದೀಶನೆ ದುರು ನಡುಗುತ್ತ ನಿಂದಿರಲು
ಆ ಘಳಿಗೆಗಿಂತ ಬದುಕಿನಲಿ ಬೇರೇನಿಹುದು.

Bhanthi

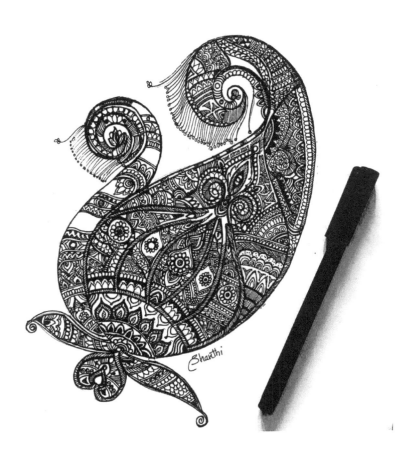

ವಿಪರ್ಯಾಸ

ಮನಸ್ಸು ಮಲೀನವಾಗಿರು ವಾಗ
ಸಂಬಂಧ ಚೆನ್ನಾಗಿರಬೇಕೆಂದು ಬಯಸಿದಂತೆ,
ತನ ಗಾಗಿ ಎಲ್ಲಾ ಸುಂದರ ವಾಗಿರಬೇಕು
ತಾ ಮಾತ್ರ ಯಾರಿಗೂ ಬದಲಾಗದಂತೆ,
ಜೀವನ ದ ಸಮಯ ಕೆಟ್ಟಿರುವಾಗ
ಗಡಿಯಾರ ವನ್ನು ಸರಿಪಡಿಸು ತ್ತಿರುವಂತೆ,
ಹೆತ್ತಮ್ಮ ಭೂದೇವಿ ಯೆಂದು ಹಾಡಿ
ಸಹಿಸಲಾರೆ ಕಷ್ಟ ವೆಂದು ಬೀದಿಗೆ ಬಿಟ್ಟಂತೆ,
ಜೀವಂತವಿದ್ದಾಗ ಹಗೆಯ ಸಾದಿಸಿ
ಶವ ವಾದಗ ಹೂವ ಸುರಿಸಿ ಗೋಳಿಟ್ಟಂತೆ,
ಕಳೆದುಕೊಂಡ ಸೇಹ ನಂಬಿಕೆಗಳು
ಒಡೆದು ಹೋದ ಗಾಜನ್ನು ಸರಿಪಡಿಸಿ ದಂತೆ,
ತುಂಬಾ ದೂರವಿದ್ದಾಗ ತೋರುವ ಪ್ರೀತಿ
ಹತ್ತಿರ ಬಂದಾಗ ಮರೆತು ಹೋಗುವಂತೆ,
ನಿಜವಾದ ಸಂಬಂಧ ಪ್ರೀತಿ ಯಿಂದಾಗದೆ
ಅವಶ್ಯಕತೆ ಗಳಿಗೆ ಮೋಸಹೋದಂತೆ,
ನಾನವರಿಗೆ ನೆನಪನ್ನು ಸೃಷ್ಟಿ ಸಿದೆನ್ನು ವಾಗ
ನಾನೇ ಅವರ ನೆನಪಾಗಿ ಮರೆತು ಹೋದಂತೆ.

ಉದ್ಯಾನವನ

ಹೊಸ ಹುರುಪಿ ನೊಂದಿಗೆ ನೆಡೆಯುತ್ತಿದ್ದರು,
ಓಡುತ್ತಿ ದ್ದರು ಕೆಲವು ಯುವ ಪೀಳಿಗೆಯವರು,
ದೇಹ ಸುಂದರವಾಗಿಲೆಂದು ಎಲ್ಲರ ಆಶಯ,
ಯಾರೇನೇನಾಗುವರೋ ಅವರವರ ವಿಷಯ.
ಹರಟೆಯಲ್ಲಿದ್ದರು ಅಲ್ಲಲ್ಲಿ ಒಂದಿಬ್ಬರು.
ಬರುವಿಕೆಗಾಗಿ ಕಾಯುವವರು ಕೆಲವರು
ಮನೆಯಲ್ಲಿ ಹೊತ್ತು ಹೋಗದೆ ಇದ್ದವರು
ಕುಳಿತು ನಿಂತು ಕಾಲಕಳೆಯುವವರು.
ಅವರಿವರ ಸುದ್ದಿ ಯನ್ನು ಬಿಂಬಿಸುವವರು
ನೆಮ್ಮದಿ ದೊರೆಯುವದೆಂದು ಬಂದವರು
ನೆರಳಿದೆ ದಣಿವಾರೀತು ಎಂದು ಕುಳಿತವರು
ಕಾಲಕಾಳೆಯಲೇ ಬೇಕಲ್ಲ ಎಂಬ ವೃದ್ಧರು
ಯಾವುದೇ ಯೋಚನೆ ಇಲ್ಲದ ಚಿಣ್ಣರು
ಕುಣಿದು ಹಾರಾಡುತ್ತಿರುವ ಮುಗ್ದರು.
ನವ ಜೋಡಿಗೂ ಮುದ ನೀಡುವ ವನ
ಎಲ್ಲರಿಗೂ ಸಹಕರಿಸಿರುವ ಹಸಿರಿನ ತಾಣ.

Shanthi
26/12/23

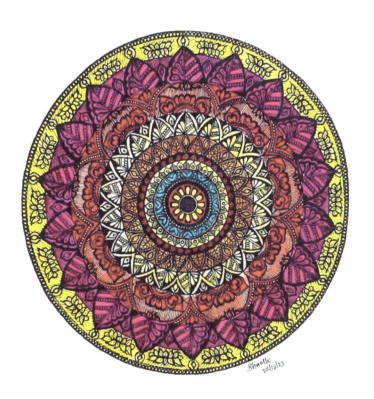

ಬದುಕು

ಕಲಿ ಯಬೇಕಾಗಿದೆ ಬದುಕುವುದನ್ನು
ಸಿಹಿ ಕಹಿ ನೆನಪಾಗುವ ನೆನಪುಗಳನ್ನು
ಆಚಾರವಿಲ್ಲದ ನಾಲಿಗೆಯ ನುಡಿಗಳನ್ನು ,
ಎಲ್ಲವನ್ನೂ ಮರೆತಂತೆ ನಟಿಸುವುದನ್ನು

.

ಇದ್ದರೂ ಇ ಲ್ಲದಂತೆ ಬಾವನೆಗಳು
ಬಿಟ್ಟರೂ ಬಿಡದಂತೆ ಚಿಂತೆ, ಆಸೆಗಳು
,ಹಿತ ಮಿತ ವಾಗಿ ಅತಿಯಾಗದಂತೆ
ಪ್ರೀತಿಯಿಂದ ಗೆಲ್ಲುವ ತಾಳ್ಮೆಯೊಂದಿಗೆ,
ನಮಗಾಗಿಯೇ ಜೀವನ ಎನ್ನುವಂತೆ
ನೀನೇ ಬೇಕೆಂದು ಕಾಯು ತ್ತಿರಬೇಕು
ಒಲವು ಚೆಲವು ಗಳೆಲ್ಲ ಕ್ಷಣಿಕವೇನಿ ಸಿದರೂ
ದುಃಖ ವನ್ನು ಸಂತಸದಲ್ಲಿ ಮರೆತಿರಬೇಕು,
ಒಂದೊಮ್ಮೆ ಕಾಣುವ ಕಾಮನಬಿಲ್ಲಿ ನಂತೆ
ಸವಿಗನಸು ಗೆದ್ದಾಗ ಮನ ಅರಳಬೇಕು.
ಬರಲಿ ಸಾವಿರಾರು ನೋವುಗಳ ಸಂತೆ
ಹಗುರಗಲಿ ಮನ ಬೆಳದಿಂಗಳ ಚಂದ್ರನಂತೆ

ಜೀವನ

ಬಿಳಿಯಾಗಿರುದೆಲ್ಲ ಹಾಲಾಗಿರುವು ದಿಲ್ಲ,
ಶುಭ್ರವಾಗಿರುವ ಸುಣ್ಣದ ನೀರಾಗಬಹುದಲ್ಲ.
ನಗೆಯಚೆಲ್ಲಿದವರೆಲ್ಲ ನಮ್ಮವರಾಗಬೇಕಿಲ್ಲ.
▢ ಕ್ಷಣ ಮಾತ್ರ ಜೊತೆಗಾರರು ಹೆಜ್ಜೆಯಿಡುವಲ್ಲಿ.
ಆಸೆಗಳಿದ್ದಲ್ಲೇ ಬವಣೆ ಗಳಿರುವುದು
ಕಷ್ಟ ಕಾರ್ಪಣ್ಯ ಗಳಿರದ ಬದುಕೇಯಿಲ್ಲ
ಬದುಕಿನ ಬವಣೆಯ ನಿಭಾಯಿಸಿಕೊಂಡಲ್ಲಿ
ಇಸ್ಟವಾಗುವಾಗುವುದಾಗ ಭಾವನೆಯು.

ನಾಲಿಗೆಬರೆಯುವುದು ನಾಗರೀಕತೆಯ
ನಡವಳಿಕೆ ತಿಳಿಸುವುದು ಚಾರಿತ್ರ್ಯ ಯು.
ಸಮಯವೇ ನಮ್ಮೊಂದಿಗೆ ಇ ರಲಾರದಂತೆ,
ನಮ್ಮವರೆಂದೋರು ಬರುವರೇ, ಇರುವರೇ.

ಏನು ಮಹಾ ಸಾಧನೆ ಮಾಡಿದರೇನು
ಶ್ರೀ ಕೃಷ್ಣನ ಕೊಳಲು ಆಗಲಾದಿತ್ತೇನು.
ಸತ್ಸಂಗ,ಸತ್ಕರ್ಯ ಗಳೇ ನಿರ್ಧಾರಿಸುವುದು
ಜಗದಲ್ಲಿ ಮನುಜನ ಸ್ಥಾನ   ಎಲ್ಲಿಹದೆಂದು.

Shanthi
15/10/23

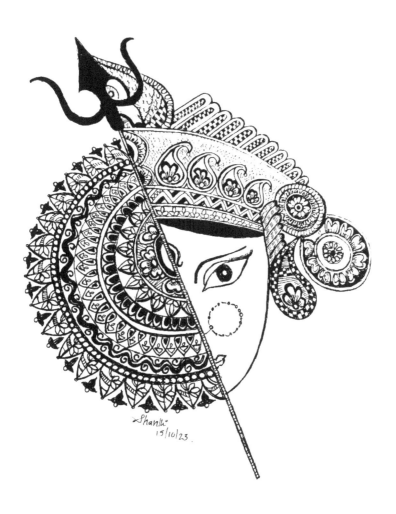

ಭಿಕ್ಷೆ

ಬೇಡುತಿಹರು ಜಗದೊಳಗೆ ಹಲವಾರು ಮಂದಿ,
ಮನದಲ್ಲಿ ಬಗೆಬಗೆಯ ಆಸೆಯ ಬಂದಿ,
ಹಸಿವಿಗಾಗಿ ಬೇಡುವರು ಅತಿ ವಿರಳವಾಗಿಹರು
ದುರಾಸೆಯ ಬೆನ್ನಟ್ಟುವ ಮನುಜರಿವರು
ಸಂಸಾರದೆಲ್ಲಿದೆ ಅನುಸರಿಸುವಿಕೆ,
ಹೊಂದಾಣಿಕೆ ಯಿಲ್ಲಾದ ಪ್ರೀತಿಗೆ ಬೇಡಿಕೆ
ಹಣವೇ ಬದುಕೆಂದು ದಾಹ
ಚಿತ್ರ ವಿಚಿತ್ರ ವೇಷಗಳ ವ್ಯಾಮೋಹ.
ಮನಸ್ಸಿನ ಆಸೆಗಳಿಗಿಲ್ಲ ಕಡಿವಾಣ
ಬದುಕಾಗಿದೆ ಬಗೆಬಗೆ ಬೇಡಿಕೆಯ ತಾಣ,
ಮಾನವನ ಬೆಲೆಕಟ್ಟುತ್ತಿದೆ ದುರಾಸೆಯ ಹಣ.
ವೈಭೋಗ ಕ್ಕಾಗಿ ಬೇಡುತ್ತಿದೆ ಮನುಜನ ಮನ.
ಶ್ರಮಪಟ್ಟು ಜೀವಿಸುವ ಮನಸ್ಸಿಲ್ಲ
ಹೊಡೆದು, ಬೇಡಿ ಬದುಕುವ ಮಂದಿಯು.
ಹೋಲಿಕೆಯೊಂದಿಗೆ ಹೆಚ್ಚಿರುವ ಬೇಡಿಕೆ,
ಅಡೆ ತಡೆ ಬೇಡವೆಂಬ ನಡವಳಿಕೆ.

ISO
WB
1 25min
2 64min
CH1

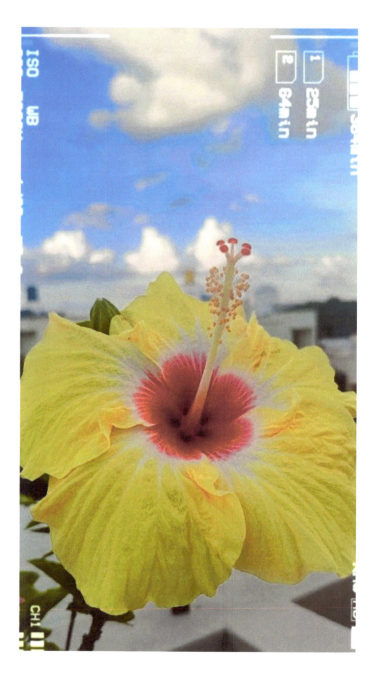

ಅಪ್ರೀತಿ.

ನಾನು ಮರುಗಿದೆ ಮರುಳಾದೆ
ತಂಪಾಗಿ ನಿನ್ನೊಡನೆ ಇರಲೆಂದು,
ನಿನ್ನ ಕರಗಿಸಲೆಂದಲ್ಲ
        ನಾನು ನಾಚಿ ನೀರಾದೆ,
        ನಿನ್ನ ದಾಹ ತೀರಿಸಲೆಂದು,
        ಪ್ರವಾಹವಾಗಿ ನಿನ್ನ ಮುಳುಗಿಸಲೆಂದಲ್ಲ,
    ನಾನು ಬವಳಿ ಬೆಂಡಾದೆ
ನಿನ್ನ ಬಾಳು ಬೆಳಕಾಗಲೆಂದು,
ನಿನಗೆ ನಾ ಬವಣೆ ಯಾಗಲೆಂದಲ್ಲ,,
        ನಾನು ಜ್ವಾಲೆಯಾಗಿ ಉರಿದೆ
        ನಿನಗೆ ದೀಪಾವಗಲೆಂದು
        ಬೆಂಕಿಯಾಗಿ ನಿನ್ನ ಸುಡಲೆಂದಲ್ಲ.
ನಾನು ಭಾವನೆ ಗಳಲ್ಲೇ ಉಳಿದೆ
ಮೌನ ವೇ ಉತ್ತರ ವೆಂದು
ನಿನ್ನಿಂದ ದೂರವಿರ ಬೇಕೆಂದಲ್ಲ.
        ನಾನಿಂದು ಕಣ್ಣೀರ ಲ್ಲಿ ಮುಳುಗಿರುವೆ.
        ನನ್ನ ಪ್ರೀತಿ ಅರಿವಾಗಲೇ ಇಲ್ಲವೆಂದು
        ನಿನ್ನಿಂದ ಬೇರೆ ಬದುಕಲೆಂದಲ್ಲ.

Shanthi. 19/12/23.

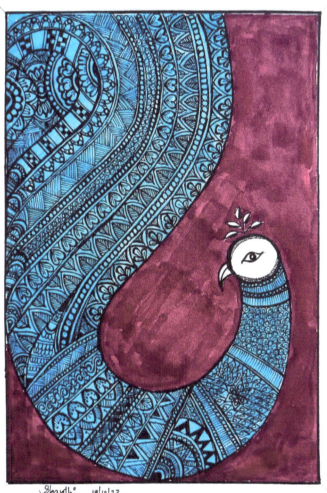

ಕಾರ್ಮೋಡ ಕವಿಯುತಲಿತ್ತು ಸುತ್ತಲೂ,
ಬಿರುಗಾಳಿ ಯಂತಾ ಆರ್ಭಟ ಎಲ್ಲೆಲ್ಲೂ
ಕಣ್ಣೊಕೋರೈ ಯಿಸುವ ಮಿಂಚಿನಾಟ
ಸಿಡಿಲಿನ ಗುಡುಗಿನ ಎದೆನಡುಗಿಸುವಾಟ.

ಮಲೆನಾಡಿನ ಮುಂಗಾರಿನ ಆಗಮನ,
ಮನೆಯೊಳಗಿದ್ದರೂ,ಆತಂಕ ದ ತನು ಮನ,
ಚಿಮಣಿದೀಪಾಡೊಡನೆ ಕಳೆದಿಹ ರಾತ್ರಿಯೂ
ಎಡೆಬಿಡದೆ ಸುರಿದಿರಲು ಮಹಾ ಮಳೆಯೂ,

ಬೆಚ್ಚನೆಯ ಮನೆಯ ಸುತ್ತೇಲ್ಲ ಜಲವು,
ಹಗಲು ಸಹ ಕಪ್ಪಾಗಿ ರಾತ್ರಿ ಯಾದಂತೆ
ರವಿಯನ್ನೇ ಕಾಣದ ದಿನಗಳು
ಕಠಿಣ ವಾದರೂ ಸಂತಸದ ಮನಗಳು.

ಬೋರ್ಗರೆಯುತ ಹರಿದಿಹರು ಸೀತಾ ತುಂಗ,
ಎಲ್ಲೆಲ್ಲೂ ಹಸಿರು ವನಸಿರಿಯ ವೈಭವ.
ಕಣ್ಣಳತೆಗೆ ಸಿಗದಷ್ಟು ಮಲೆನಾಡಿನ ಸಿರಿಯು.
ಬಾಲ್ಯದ ಮುಂಗಾರಿನ ನೆನಪಿನ ಗರಿಯು.

ನಂಬಿಕೆ.

ಕಲ್ಲಿನಂತೆ ಕೆತ್ತಿಸಿಕೊಳ್ಳೋ ತಾಳ್ಮೆ ಇದ್ದಲ್ಲಿ,
ಆಗಬಹುದೊಮ್ಮೆ ಸುಂದರ ವಿಗ್ರಹ,
ಮನದಲ್ಲಿ ಕಠಿಣ ಧೃಡತೆ ಇದ್ದಲ್ಲಿ,
ಗೆಲ್ಲಬಹುದು ಬದುಕಿನೆಲ್ಲ ನಿಗ್ರಹ.
ಮನವೆಂಬ ಮರ್ಕಟಕೆ ಕಡಿವಾಣ ವಿಲ್ಲ,
ಛಲವಾದಿ ಯಾದರೆ ಸಾಟಿಯಾ ರಿಲ್ಲ.
ತಪ್ಪೇ ಮಾಡದೆ ಜೀವನಸಾಗದು,
ಎ ತ್ತರದಲ್ಲಿದ್ದಕ್ಷಣ ಸಮುದ್ರದಂತ್ಯ ಕಾಣದು,
ಕಷ್ಟ ಬಂದಷ್ಟು ಹಠ ವಾದಿಯಾಗ ಬೇಕು
ಸಂತಸಕ್ಕೆ ಆತ್ಮತೃ ಪ್ತಿ ಇರಬೇಕು.
ಅಂದು ಕೊಂಡಂತೆ ಬಾಳುವುದಲ್ಲ,
ಹೊಂದಿಕೊಂಡು ಬಾಳಿದರೆ ಸಾರ್ಥಕವು,
ಯೋಗವಿದ್ದಲ್ಲಿ ಮಾತ್ರ ಯೋಗ್ಯತೆ ವಿರುವುದು.
ಅತಿಯಾದ ಭರವಸೆ ಯೂ ಅತಿರೇಕವು,
ಮನದಲ್ಲಿರುವವರೇ ನೋವಾಬಯಸಿದರೆ,
ಎಲ್ಲಿಂದ ನಿರೀಕ್ಷಿಸುವುದು ಮನ ಸಾಂತ್ವನ.

Shanthi 17/10/23.

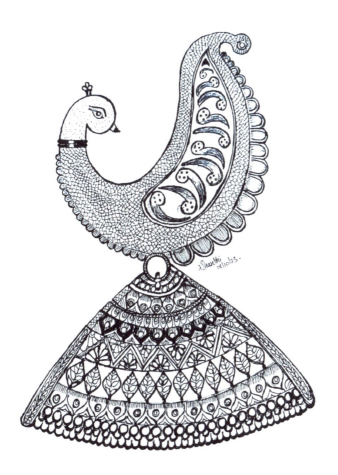

ಬೇಡಿಕೆ

ಮೌನ ವಾಗಿದೆ ಮನಸ್ಸು
ವಿರಳ ವಾಗಿದೆ ಕನಸು
ಕಂಡರಿಯಾದ ಭಾವನೆಗಳು
ಗೊತ್ತು ಗುರಿಯಿಲ್ಲದ ಮಿಡಿತ
ಕಾದಿರುವೆ ನಾ ಕಡಲಿನಂತೆ
ಸೇರು ಬಾ ನೀ ನದಿಯಂತೆ
□ ಭುವಿಗೆ ಮಳೆ ಹುಯ್ಯ ದಂತೆ
ನಾ ಕುಣಿವೆ ನವಿಲಿನಂತೆ.
ಇಲ್ಲದಿರುವ ನೆಪ ನೆನಪು,
ನೋವುಗಳಲ್ಲಿ ಬದುಕಲಾರದೇ,
ಇರುವುದನನ್ನು ಅನುಭವಿಸಲಾಗದೆ,
ಬಾಳಿರುವೆ ಮರೆತರೂ ಮರೆಯದೆ.
ಮರೀಚಿಕೇಯೊಂದ ಬೆನ್ನೆರಿದಂತೆ.
ಕಾದಿರುವೆ ನಾ ಮೆತ್ತಗಾಗಿರುವೆ
ನೆನೆ ನೆನೆದು ನಾ ಕಲ್ಲಾಗಿರುವೆ
ನೆನೆದ ಕಲ್ಲು ಮಾತ್ರ ಮೆತ್ತಗಾಗದಂತೆ.

ಪ್ರೀತಿ

ಸಿಹಿಯೋ,ಒಗರೋ, ಅಮೃತವೋ,
ರುಚಿಯರಿಯದ ಈ ರೀತಿ
ನ ನಾನಾ ಗಿರಲು, ನಿನಗಾಗಿ ಯೇ ಇರಲು
ಬಿಡದೇ , ಕಾಡುವ ನಯವಾದ ನೀತಿ

ಅತಿಯಾದಂತೆ ಕಂಡರೂ ಬೇಕೆನ್ನಿಸೋ ಹಂಬಲ
ಸಾಕೆನ್ನಿಸಿದರು ಬಿಡಲಾರದ ತಳಮಳ,
ಎಲ್ಲೆ ಇರದ ಮನಸ್ಸಿಗೆ ಬೇಕಿಲ್ಲ ಗಾಳ,
ಒಲವು. ವ್ಯಯರಾಗಳಿಗೆ . ಕಡಿವಾಣ ವಿಲ್ಲ.

ಅರಿವಿರುವ ಮನಸ್ಸಿ ಗೆ ಅರಿವಾಗದ ಭ್ರಮೆ,
ಲೋಕವೆಲ್ಲ ನನ್ನದ್ದೇ ನ್ನುವ ಹಿರಿಮೆ.
ತನು ಮನವೆಲ್ಲ ಕಂಡರಿಯಾದ ಸಂತಸ
ಜಗವೆಲ್ಲ, ಗೆದ್ದಿರುವ ನಲಿವಿನ ಹೆಮ್ಮೆ.
ಒಲುಮೆಯಲು ನವಿರಾಗಿ ನಲುಗಿರಲು,
ಮೌನ ವೂ ಮಾತನಾಡುತ್ತಿರು ವಂತ ಭಾವ
ಸ್ಪಂದಿಸುವ ಹೃದಯಗಳ ನಲಿದಾಟ,

ಅರಿತಿರುವ ಮನಗಳ ಪ್ರೇಮದೂಟ.

ಸ್ತ್ರೀ ಸ್ವಾತಂತ್ರ್ಯ

ಆಕಾಶವೆಲ್ಲ ನನ್ನದೆಂದು ಹಾರುವ ಹಕ್ಕಿ,
ರೆಕ್ಕೆ ಸೋತಾಗ ಲಷ್ಟೇ ಇಳಿಯುವಂತೆ,
ಮದುವೆಗೆ ಮುಂಚೆ ಕುಣಿದಾಡುವ ಮನ,
ಮುಂದೆಲ್ಲ ಒಂದೇ ರೆಕ್ಕೆಯಲ್ಲಿ ಹಾರುವಂತೆ.

ಅನಂತ ಅವಕಾಶಗಳು ಬಳಿ ಬಂದರೂ,
ಬದುಕು ಭಾವನೆಗಳು ತಡೆ ಹಿಡಿದಂತೆ,
ಬಂಡೆಯೊಂದು ಶಿರದ ಮೇಲೆ ನಿಂತತೆ,
ನೆರವೇರದ ತನು ಮನದ ಕನಸುಗಳು.

ಕಾಲೊಂದು ಕಂಬಕ್ಕೆ ಕಟ್ಟಿದಂತೆಯೇ ಸರಿ
ನನಸಾಗಿಲು ಕನಸು ಮನಸ್ಸಿಗೆಲ್ಲಿದೆ ದಾರಿ,
ಪ್ರಲಾಪಗಳನ್ನು ಮೀರಿ ನೆಡೆಯುವ ಪರಿ,
ಅತೃಪ್ತ ಬಯಕೆಗಳಿಗೆಲ್ಲಿದೆ ಮುಕ್ತಿಯ ಗುರಿ.

ಸಂಬಂಧ

ಭಾರವಾದ ದೋಣಿಯೊಂದು ತೆಲಿದಂತೆ,
ಮನವೊಂದು ಪ್ರೀತಿಗೆ ಬಯಸಿ ಸೋತಂತೆ,
ನೆಡೆದಿದ್ದು, ನುಡಿದಿದ್ದು ಒಲವು ಗೆಲವುಗಳು,
ಮುಂಜಿನಮಂಜು ಬದುಕು ಭಾವನೆಗಳು.
ಅನ್ಯೋನತೆ ಯ ಭಾವ ಮೌನವಾಯಿತೇ,
ರಾಗ, ದ್ವೇಷ, ಅಸೂಯೆಗಳು ಮೆರದಾಡಿತೇ,
ತ್ಯಾಗವಿಲ್ಲದ ಸ್ನೇಹ, ಪ್ರೀತಿಯಿಲ್ಲದ ಒಲುಮೆ,
ತನು ಮನ ಬೆಸೆಯದ ಒಣ ಗರಿಮೆ.
ಎಲ್ಲವ ತ್ಯಜಿಸಿ, ಯಾರಿಗಾಗಿ ಬದುಕುತ್ತೇವೋ,
ಯಾರು ಏನು ಕಳೆದು ಕೊಳ್ಳುವುದಿಲ್ಲವೋ,
ಪಡೆದುಕೊಂಡರೋ, ಕಳೆದುಕೊಂಡರೋ,
ಮೋಹ, ಪ್ರೇಮ ಭ್ರಮೆಯೋ, ಮರೀಚಿಕೆಯೋ,
ಹುಳಿಯಿಲ್ಲದೆ ಹಾಲು ಮೋಸರಾದಂತೆ,
ಹಚ್ಚ ಹಸಿರಿನ ಗಿಡದಲ್ಲಿ ಹೂ ಬಾಡಿದಂತೆ,
ನೆಪಮಾತ್ರಕೆ ಜೊತೇಯಿರು ಜೋಡಿಯಂತೆ
ನವ್ಯ ಬದುಕಿನ ಕನಸಿನ ಗೋಪುರ ಸಂಬಂಧ.

ನಮನ.
ತುಟಿಯ ಅಂಚಿನ ಕಿರು ನಗುವೊಂದು
ಸಾರಿತ್ತು ಹಲವಾರು ನೋವುಗಳನ್ನು,
ವಾರವಿಡೀ ದಣಿದ ಮೈಮನಗಳಿಗೆ,
ಕೊನೆಗೂ ಸಿಕ್ಕಿತ್ತು ಸಂಬಳದ ಗಳಿಗೆ.
ಹಗಲಿರುಳು ದುಡಿಯುವ ಕೈಗಳಿಗೆ
  ಕಲ್ಲು, ಮಣ್ಣು, ಧೂಳು ಎಂಬ ಪರಿವಿಲ್ಲದೆ,

ದುಡಿಯುವ ಜಾಗವೇ ಮನೆಯಾಗಿ,
ತಮ್ಮೆಲ್ಲ ಶ್ರಮವ ನಮ್ಮ ಕನಸಿಗಾಗಿ,
ಸುಂದರ ಭವನ ವ ನಿರ್ಮಿಸಿ,
ತಾವೆಲ್ಲೋ ಗುಡಿಸಲಲ್ಲಿ ಬದುಕುವ,
ನಮ್ಮ ನಲಿವಿಗೆ ಸ್ಪಂದಿಸುವ,
ದಣಿದ ಜೀವಿಗೆ ಇದೋ ನಮನ.

www.ingramcontent.com/pod-product-compliance
Lightning Source LLC
Chambersburg PA
CBHW041234210825
31468CB00005B/45
9798897244225